വിജ്ഞാനവർഷം

പുസ്തകം 41

ഇന്ത്യൻ സമ്പദ്ഘടന

കാലഘട്ടങ്ങളിലൂടെ

indian sambadkhadana
kalaghattangalilude
•
edited
dr. b vijayakumar
•
first edition
october 2008
•
published
chintha publishers, thiruvananthapuram
•
typesetting
akshara dtp centre, thiruvananthapuram
•
printed
akshara offset, thiruvananthapuram.

cover
shahul aliar

വിതരണം
ദേശാഭിമാനി ബുക്ക് ഹൗസ്
H O തിരുവനന്തപുരം–695 001

ബ്രാഞ്ചുകൾ
ദേശാഭിമാനി റോഡ് തിരുവനന്തപുരം • ഓവർബ്രിഡ്ജ് തിരുവനന്തപുരം • കെ എസ് ആർ ടി സി ബസ് സ്റ്റേഷൻ ആലപ്പുഴ • കെ എസ് ആർ ടി സി ബസ് സ്റ്റേഷൻ എറണാകുളം • ഐ ജി റോഡ് കോഴിക്കോട് • കെ എസ് ആർ ടി സി ബസ് സ്റ്റേഷൻ കോഴിക്കോട് • എൻ ജി ഒ യൂണിയൻ ബിൽഡിംഗ് കണ്ണൂർ

CO - VV.41 / 1166 / 2026

ഇന്ത്യൻ സമ്പദ്ഘടന

കാലഘട്ടങ്ങളിലൂടെ

എഡിറ്റർ

ഡോ. ബി വിജയകുമാർ

ചിന്ത പബ്ലിഷേഴ്സ്
തിരുവനന്തപുരം-695 001

ലേഖകർ

ഡോ ആർ സുന്ദരേശൻ
ഇക്കണോമിക്സ് വിഭാഗം
യൂണിവേഴ്സിറ്റി കോളേജ്
തിരുവനന്തപുരം

ഡോ പി കൃഷ്ണകുമാർ
ഇക്കണോമിക്സ് വിഭാഗം
എം ജി കോളേജ്
തിരുവനന്തപുരം

ഡോ കെ സി ബൈജു
ഇക്കണോമിക്സ് വിഭാഗം
എസ് എൻ കോളേജ്
വർക്കല

ഡോ ഗീതാദേവി എസ്
ഇക്കണോമിക്സ് വിഭാഗം
ഗവ. വിമൻസ് കോളേജ്
തിരുവനന്തപുരം

ഡോ ബി വിജയകുമാർ
പ്രിൻസിപ്പൽ
കേരള ഇൻസ്റ്റിറ്റ്യൂട്ട് ഓഫ് ടൂറിസം & ട്രാവൽ സ്റ്റഡീസ്
തിരുവനന്തപുരം

ഉള്ളടക്കം

ആമുഖം

വലിപ്പത്തിൽ ഏഴാംസ്ഥാനവും ജനസംഖ്യയിൽ രണ്ടാംസ്ഥാനവുമാണ് ലോകരാഷ്ട്രങ്ങളുടെ ഇടയിൽ ഇന്ത്യക്കുള്ളത്. വൈവിധ്യങ്ങളുടെ വിളനിലമായ ഈ ഉപഭൂഖണ്ഡം എന്നും വിദേശികളുടെ ശ്രദ്ധ ആകർഷിച്ചിരുന്നു. സഹസ്രാബ്ദങ്ങൾ പഴക്കമുള്ള സാംസ്കാരിക പൈതൃകത്തിന് എണ്ണമറ്റ നാട്ടുരാജാക്കന്മാരുടെ ഭരണവും വിദേശികളുടെ ഭരണവും സാമൂഹികപരിഷ്കർത്താക്കളുടെയും ചിന്തകരുടെയും പ്രവർത്തനങ്ങളും ഏറെ മുതൽക്കൂട്ടിയിട്ടുണ്ട്. ലോകത്തിലെ ഏറ്റവും വലിയ ജനാധിപത്യരാജ്യമായ ഇന്ത്യ വൈജാത്യങ്ങളുടെ നാടാണ്. ഭൂപ്രകൃതി, കാലാവസ്ഥ, ഭാഷ, ആചാരം, കല, സംസ്കാരം, മതം തുടങ്ങിയ മേഖലകളിൽ ഇന്ത്യ പുലർത്തിപ്പോരുന്ന സമ്പന്നവും വൈവിധ്യപൂർണ്ണവുമായ പാരമ്പര്യം വിസ്മയാവഹമാണ്. വിഭവചൂഷണം വഴി സാമ്പത്തികവളർച്ചയും ക്ഷേമൈശ്വര്യവും പരമാവധി കൈവരിക്കുകയെന്ന ആധുനിക സാമ്പത്തികശാസ്ത്രചിന്തയ്ക്കുമുമ്പുതന്നെ ധനതത്വശാസ്ത്രത്തിൽ ഇന്ത്യയുടേതായ ചിന്താധാര കൗടില്യൻ തന്റെ *അർത്ഥശാസ്ത്ര*ത്തിൽ പ്രതിപാദിച്ചു. ലാഭകരമായ രീതിയിൽ പരമാവധി ഉൽപ്പാദനം (mass production) എന്ന ഫോർഡിന്റെ ചിന്താഗതിക്ക് കടകവിരുദ്ധമായി സുസ്ഥിരവികസനത്തിന് പരമാവധി ജനങ്ങളെ ഉൾക്കൊണ്ടുകൊണ്ടുള്ള ഉൽപ്പാദനപ്രക്രിയക്ക് (production by masses) പ്രചാരം നൽകിയതും ഗാന്ധിയൻചിന്തകളായിരുന്നു. സ്വാതന്ത്ര്യാനന്തരം മിശ്രസമ്പദ് വ്യവസ്ഥ അംഗീകരിച്ച ഇന്ത്യ പൊതുമേഖലയെയും സ്വകാര്യമേഖലയെയും പ്രോത്സാഹിപ്പിക്കുന്ന തന്ത്രമായിരുന്നു കൈക്കൊണ്ടത്. ഇതിനായി ആസൂണത്തിലധിഷ്ഠിതമായ പ്രവർത്തനശൈലി കൈക്കൊള്ളുകയും ചെയ്തു. വിഭവസമാഹരണത്തിനും വിനിയോഗ

ത്തിനും ഉൽപ്പാദനലക്ഷ്യം കൈവരിക്കുന്നതിനും പഞ്ചവത്സരപദ്ധതി 1951-ലാണ് ആരംഭിച്ചതെങ്കിലും സ്വാതന്ത്ര്യം കൈവരിക്കുന്നതിനുമുമ്പു തന്നെ ആസൂത്രണത്തിലൂന്നിയുള്ള വികസനപ്രക്രിയയുടെ ആവശ്യകതയെക്കുറിച്ച് രാജ്യത്തിന്റെ പല കോണുകളിലും ആശയസംവാദം നടത്തുകയും പലതരത്തിലുള്ള രൂപരേഖകൾ തയ്യാറാക്കുകയും ചെയ്തിരുന്നു. വികസനതന്ത്രങ്ങൾ എന്തൊക്കെയായിരുന്നാലും വിഭവങ്ങളുടെ ലഭ്യതയാണ് വികസനത്തിന്റെ അടിസ്ഥാനഘടകം.

32,87,782 ചതുരശ്രകിലോമീറ്റർ വിസ്തീർണ്ണമുള്ള ഇന്ത്യ, 7516.5 കിലോമീറ്ററോളം ദൈർഘ്യമുള്ള തീരപ്രദേശത്താൽ സമ്പന്നമാണ്. ഇതോടൊപ്പം 1,197 ദ്വീപുകളും നിലവിലുണ്ട്. ഭൂമി, വനം, ജലം, ധാതുലവണങ്ങൾ തുടങ്ങിയ പ്രകൃതിസമ്പത്താലും വികസനത്തിനുവേണ്ടി ഉപയോഗിക്കാനാവശ്യമായ മനുഷ്യസമ്പത്താലും ഇന്ത്യ സമ്പുഷ്ടമാണ്. ലോകരാഷ്ട്രങ്ങളുമായി താരതമ്യം ചെയ്യുമ്പോൾ സംസ്കാരത്തിലധിഷ്ഠിതമായ വികസനപ്രക്രിയയുടെ സുദീർഘമായ ചരിത്രം ഇന്ത്യയിൽ മാത്രമാണ് കണ്ടെത്താൻ കഴിയുന്നത്. നാട്ടുരാജാക്കന്മാരുടെയും വിദേശികളുടെയും ഭരണത്തിൻ കീഴിൽ വിഭജിക്കപ്പെട്ടുകിടന്നിരുന്ന ഈ ഉപഭൂഖണ്ഡത്തെ ഒറ്റച്ചരടിൽ കോർത്തിണക്കിയത് ബ്രിട്ടീഷ് ആധിപത്യത്തിനെതിരായ പ്രവർത്തനങ്ങളാണ്.

സ്വാതന്ത്ര്യാനന്തര ഇന്ത്യയുടേത് തികച്ചും ഒരു കാർഷികാധിഷ്ഠിത സമ്പദ്ഘടനയായിരുന്നു. ബ്രിട്ടീഷ് ഭരണംമൂലം ശിഥിലമാക്കപ്പെട്ട നൈസർഗിക ഉൽപ്പാദനപ്രക്രിയ, ദാരിദ്ര്യം, വിഭജനം മൂലം ഏൽക്കേണ്ടിവന്ന പ്രത്യാഘാതങ്ങൾ തുടങ്ങിയ പ്രശ്നങ്ങളായിരുന്നു സ്വാതന്ത്ര്യാനന്തരം രാജ്യത്തിനു മുന്നിലെ പ്രധാന വെല്ലുവിളികൾ. അമേരിക്ക, ഇംഗ്ലണ്ട്, ഫ്രാൻസ് തുടങ്ങിയ മുതലാളിത്ത രാജ്യങ്ങളുടെയും പഴയ സോവിയറ്റ് യൂണിയന്റെയും അനുഭവപാഠങ്ങൾ ഉൾക്കൊണ്ടുകൊണ്ട് മിശ്രിതസമ്പദ്ഘടനയിലൂന്നിയുള്ള വികസനതന്ത്രത്തിന് രാജ്യം രൂപം കൊടുത്തു. 1948-ൽ പ്രഖ്യാപിച്ച വ്യവസായനയവും തുടർന്ന് 1956-ൽ നിലവിൽവന്ന വ്യവസായനയവും പൊതുമേഖലയ്ക്ക് കരുത്തേകി. പൊതുമേഖലയ്ക്ക് പ്രസക്തി നൽകിക്കൊണ്ട് ഒരു സോഷ്യലിസ്റ്റ് സമൂഹം കെട്ടിപ്പടുക്കുകയെന്ന വികസനതന്ത്രം ആവിഷ്കരിക്കപ്പെട്ടു. സ്വകാര്യമേഖലകളെ നിയന്ത്രിച്ചു നിർത്തുവാനും ചെറുകിട ഇടത്തരം മേഖലകളെ പ്രോത്സാഹിപ്പിക്കുവാനുമുള്ള നടപടികൾ കൈക്കൊണ്ടു. നിയന്ത്രണത്തിനു വിധേയമായി ഇന്ത്യൻ സമ്പദ്ഘടന സ്വാതന്ത്ര്യാനന്തരം പ്രവർത്തിച്ചു. എന്നാൽ സാമ്പത്തികസമത്വം കുറയുകയല്ല, വഷളാവുകയാണു ചെയ്തത്. അഴിമതി, കെടുകാര്യസ്ഥത, ചുവപ്പുനാട തുടങ്ങിയവയുടെ സാന്നിധ്യം പൊതുമേഖലയുടെ പ്രവർത്തനങ്ങളെ കാര്യമായി ബാധിക്കുകയും ചെയ്തു. തുടർന്ന് കുത്തകകളെ നിയന്ത്രിക്കുന്നതിനുള്ള നിയമവും (MRTP) വിദേശനാണ്യനിയന്ത്രണവും മറ്റും ഏർപ്പെടുത്തിയെങ്കിലും ചെറുതും ഇടത്തരവുമായ സംരംഭങ്ങളുടെ വ്യാപ്തി

വേണ്ടവണ്ണം വർദ്ധിപ്പിക്കുവാൻ സാധിച്ചതുമില്ല. ഗ്രാമവികസനവും ദാരിദ്ര്യനിർമ്മാർജ്ജനവും ലക്ഷ്യമിട്ട് കാലാകാലങ്ങളിൽ രൂപംകൊടുത്ത ഗ്രാമവികസന പരിപാടികളുണ്ടായിട്ടും ഗ്രാമവികസനത്തിലും ദാരിദ്ര്യ നിർമ്മാർജ്ജനത്തിലും നാം ഇനിയും ഏറെ മുന്നേറേണ്ടിയിരിക്കുന്നു. കാർഷികമേഖലയ്ക്ക് കാര്യമായ ആശ്വാസം നൽകുമെന്ന് കരുതിയ ഹരിതവിപ്ലവവും ഫലത്തിൽ സമ്പന്നകർഷകർക്കായിരുന്നു ആശ്വാസമേകിയത്.

നിയന്ത്രണത്തിനു വിധേയമായി പ്രവർത്തിക്കുന്ന സമ്പദ്ഘടനയ്ക്ക് രാജ്യത്തെ പുരോഗതിക്ക് ആക്കംകൂട്ടാൻ കഴിയില്ല എന്ന ആഗോള'ധാരണ'യുടെ അടിസ്ഥാനത്തിലും ഉറുഗ്വേ റൗണ്ട് ചർച്ചകളുടെ] ന് X pSÀ¨ Þ nÞ nÞ ¶ *ഡങ്കൽ റിപ്പോർട്ടി*ലും ഊന്നിക്കൊണ്ട് രൂപംകൊണ്ട ലോകവ്യാപാരസംഘടയുടെ പ്രവർത്തനങ്ങളുമായി ചേർന്ന് മുന്നോട്ടുപോകുവാൻ ഇന്ത്യ തീരുമാനിച്ചതോടെ, രാജ്യത്ത് പുത്തൻ സാമ്പത്തിക പരിഷ്കാരങ്ങളും ക്രമീകരണങ്ങളും നടപ്പാക്കി. ആഗോളീകരണത്തിന്റെ പ്രത്യാഘാതങ്ങളിലൂടെയാണ് നാം ഇന്ന് കടന്നുപൊയ്ക്കൊണ്ടിരിക്കുന്നത്. 1991–ൽ ഔദ്യോഗികമായി ആരംഭിച്ച പരിഷ്കാരങ്ങളും തുടർന്നുവന്ന രണ്ടാംതലമുറ പരിഷ്കാരങ്ങളും രാജ്യത്ത് ഘടനാപരമായ പല മാറ്റങ്ങളുമുണ്ടാക്കി. നൂറ്റാണ്ടുകൾ പഴക്കമുള്ള സാംസ്കാരിക പാരമ്പര്യം അവകാശപ്പെട്ടിരുന്ന രാജ്യത്ത് ഇന്ന് വാണിജ്യവൽക്കരണമാണ് മുന്നിട്ടുനിൽക്കുന്നത്. കലയും വിദ്യാഭ്യാസവും ആരോഗ്യവും മറ്റു സേവനമേഖലകളും ക്രമേണ വാണിജ്യവൽക്കരിക്കപ്പെടുകയും അതുവഴി ആഗോളീകരണത്തിന്റെ ഭാഗമാവുകയും ചെയ്യുന്നു. നമ്മുടെ ആവശ്യങ്ങളും താൽപര്യങ്ങളും ഇഷ്ടാനിഷ്ടങ്ങളും നിശ്ചയിക്കുന്നതിൽ ബഹുരാഷ്ട്രകമ്പനികളുടെ സാന്നിദ്ധ്യം ഉളവാകുന്നു. ലോകത്തെമ്പാടും ഈ പ്രതിഭാസം വ്യാപിക്കുമ്പോൾ പാർശ്വവൽക്കരിക്കപ്പെടുന്ന ജനതതിയുടെ സഹായത്തിനായി പല മറുമാതൃകകളും രൂപപ്പെടുന്നതും കാണാം. ദരിദ്രരെയും അശരണരെയും സംഘടിപ്പിച്ച് കാലഹരണപ്പെട്ട സാങ്കേതികവിദ്യയുടെ സഹായത്തോടെ സൂക്ഷ്മസംരംഭങ്ങൾ ആരംഭിച്ച് വരുമാനാർജ്ജിത പദ്ധതികൾ ആവിഷ്കരിക്കപ്പെടുന്നത് ഒരു ഉദാഹരണം മാത്രം. ഇവരുടെ ഉൽപ്പന്നങ്ങൾ വൻകിട കമ്പനികളുമായി കമ്പോളത്തിൽ മത്സരിക്കുമ്പോഴുണ്ടാകുന്ന ഫലം ഇന്ന് മിക്ക സൂക്ഷ്മസംരംഭങ്ങളുടെയും പ്രവർത്തനത്തിൽ പ്രതിഫലിക്കുന്നുണ്ട്. ഉയർന്നുവരുന്ന പൊതുജനാരോഗ്യപ്രശ്നങ്ങൾ, വർദ്ധിക്കുന്ന ചികിത്സാചെലവുകൾ, തൊഴിലില്ലായ്മ, പാർപ്പിടമില്ലായ്മ, അടിസ്ഥാനസൗകര്യവികസനത്തിലെ പോരായ്മ, വൻകിട കമ്പനികൾ സമ്പദ്ഘടനയുടെ ഉൽപ്പാദന–വിതരണ–വിപണനമേഖയിലേക്ക് കടന്നുകയറുന്നതുമൂലമുണ്ടാകുന്ന സാമൂഹിക സാമ്പത്തിക പ്രത്യാഘാതങ്ങൾ തുടങ്ങിയവയൊക്കെത്തന്നെ ദിശാബോധത്തോടും ദീർഘദൃഷ്ടിയോടും മെച്ചപ്പെട്ട ഭരണമാനേജുമെന്റോടും എല്ലാറ്റിലുമുപരി മനുഷ്യമുഖത്തോടുകൂടിയ വിക

സനപരിപാടികളുടെ ആവശ്യകതയിലേക്കാണ് വിരൽ ചൂണ്ടുന്നത്. ഭൗതികനേട്ടങ്ങൾ വർദ്ധിപ്പിച്ച് മൊത്ത ദേശീയ ഉൽപ്പന്നം ഉയർത്തുകവഴി (GDP) മാത്രം ഒരു രാജ്യത്തിന് പുരോഗതി കൈവരിക്കാനാകുകയില്ല. കഴിഞ്ഞ 60വർഷക്കാലത്തെ അനുഭവങ്ങളുടെ വെളിച്ചത്തിൽ സാമ്പത്തികവികസനത്തെ പുനർ നിർവചിക്കേണ്ടിയിരിക്കുന്നു. സഹസ്രാബ്ദങ്ങളായി നാം സ്വാംശീകരിച്ച സംസ്കാരത്തിലൂന്നിക്കൊണ്ട് സുസ്ഥിര വികസനത്തിനനുയോജ്യമായ വിഭവ വിനിയോഗപദ്ധതികളാവിഷ്കരിച്ച് സമ്പത്തിനോടുള്ള അടങ്ങാത്ത ദുര പൂർത്തീകരിക്കുന്നതിനുപരി എല്ലാ മനുഷ്യർക്കും ജോലിചെയ്ത് ജീവിക്കുന്നതിനാവശ്യമായ സാഹചര്യം സൃഷ്ടിക്കുന്ന വികസനതന്ത്രം ആവിഷ്കരിക്കേണ്ടിയിരിക്കുന്നു.

ഈ പശ്ചാത്തലത്തിലാണ് *ഇന്ത്യൻ സമ്പദ്ഘടന കാലഘട്ടങ്ങളിലൂടെ* എന്ന ഈ ഹ്രസ്വഗ്രന്ഥം വായനക്കാരുടെ മുന്നിലേക്ക് എത്തിക്കുന്നത്. ബൃഹത്തായ ഇന്ത്യൻ സമ്പദ്ഘടനയുടെ വിവിധ വശങ്ങൾ വിശകലനംചെയ്യുന്നത് ഒരു ഭഗീരഥ പ്രയത്നമാണ്. കൃഷി, വ്യവസായം, വാണിജ്യം, ജനസംഖ്യ, പശ്ചാത്തലമേഖല, തൊഴിലില്ലായ്മ, പരിസ്ഥിതി തുടങ്ങി സമ്പദ്ഘടനയിലെ വിവിധ മേഖലകളുടെ പ്രവർത്തനങ്ങളുടെ നേട്ടങ്ങളും കോട്ടങ്ങളും പ്രശ്നങ്ങളും സംവാദങ്ങളും ക്രോഡീകരിക്കാൻ തുനിഞ്ഞാൽ അവ ഓരോന്നും ഓരോ പുസ്തകത്തിനുവേണ്ട വിഭവങ്ങൾ ഒരുക്കിത്തരും. ഇന്ത്യൻ സമ്പദ്ഘടനയുടെ പ്രവർത്തനങ്ങളറിയുവാൻ ആഗ്രഹിക്കുന്ന തുടക്കക്കാർക്ക് വിവിധ കാലഘട്ടങ്ങളിൽ നടന്ന വികസനപരിണാമങ്ങളുടെ സംക്ഷിപ്തരൂപം നൽകുവാനേ ഇവിടെ ഉദ്ദേശിക്കുന്നുള്ളു. ബ്രിട്ടീഷ്ഭരണകാലത്തെ ഇന്ത്യൻ സമ്പദ്ഘടനയെ പരിചയപ്പെടുത്തിക്കൊണ്ട് സ്വാതന്ത്ര്യാനന്തര ഭാരതത്തിലെ സാമ്പത്തിക വികസനപരിപാടികളെ മൂന്ന് കാലഘട്ടങ്ങളിലൂടെ കാണുവാനാണിവിടെ ശ്രമിക്കുന്നത്. 1948 മുതൽ 1970 വരെയുള്ള വികസനപ്രവർത്തനങ്ങൾ നിരീക്ഷിച്ചാൽ ഏറെക്കുറെ ഇന്ത്യൻ സമ്പദ്ഘടന നിയന്ത്രിത വികസനത്തിന് ഊന്നൽ നൽകിയതായി കാണാം. പൊതുമേഖലയ്ക്ക് പ്രാമുഖ്യം നൽകിയിരുന്ന ഈ കാലഘട്ടത്തിൽ സ്വകാര്യമേഖല പലവിധ നിയന്ത്രണങ്ങൾക്കും വിധേയമായിട്ടാണ് പ്രവർത്തിച്ചിരുന്നത്. എന്നാൽ 1971–നുശേഷമുള്ള പ്രവർത്തനങ്ങൾ നിരീക്ഷിച്ചാൽ സ്വകാര്യ മേഖലയുടെ മേലുള്ള നിയന്ത്രണങ്ങൾ ക്രമേണ ഇളവുചെയ്യപ്പെടുന്നതായി മനസ്സിലാക്കാം. എൺപതുകളായപ്പോഴേക്കും ഈ പ്രവണത ശക്തിപ്രാപിക്കുകയും 1991–ൽ പുത്തൻ സാമ്പത്തികപരിഷ്കാരം പ്രഖ്യാപിക്കുകയും ചെയ്തു. ആഗോളീകരണത്തിലൂന്നിയുള്ള പുത്തൻ സാമ്പത്തികപരിഷ്കാരത്തിന്റെ മുന്നൊരുക്കം 1970–കളിൽത്തന്നെ ദർശിക്കാനാകും. സമ്പദ്ഘടനയിലെ വിവിധ മേഖലകൾ ഈ കാലഘട്ടത്തിൽ കാഴ്ചവച്ച പ്രവർത്തനങ്ങളും മാറ്റങ്ങളും പഞ്ചവത്സരപദ്ധതികളും എല്ലാ അദ്ധ്യായത്തിലും പരാമർശവിധേയമാക്കിയിട്ടുണ്ട്. ഏറ്റവും അവസാനമായി രാജ്യമിന്ന് നേരിട്ടുകൊണ്ടിരിക്കുന്ന പണപ്പെരുപ്പത്തെ ഉൾക്കൊ

ണ്ടുകൊണ്ട് *പണപ്പെരുപ്പവും വികസനവുമെന്ന* അദ്ധ്യായം ചേർത്തിരിക്കുന്നു. പണപ്പെരുപ്പത്തിന്റെ വിവിധ വശങ്ങളും അവ നിയന്ത്രിക്കുന്നതിന് സ്വീകരിക്കുന്ന മാർഗ്ഗങ്ങളും ചർച്ചയ്ക്ക് വിഷയീഭവിപ്പിച്ചിട്ടുണ്ട്. സർക്കാരിന്റെയും കേന്ദ്രബാങ്കിന്റെയും സാകൂതമുള്ള നടപടികളുണ്ടായിട്ടും പണപ്പെരുപ്പം കഴിഞ്ഞ 13 വർഷക്കാലത്തിനുള്ളിലെ ഏറ്റവും വലിയ നിരക്കിലേക്കാണ് 2008–ൽ എത്തിനിൽക്കുന്നത്. ഇന്ത്യൻ സമ്പദ്ഘടന ശക്തമാകുന്നുവെന്ന് സ്ഥിതിവിവരക്കണക്കുകൾ സൂചിപ്പിക്കുമ്പോഴും അത്യാവശ്യസാധനങ്ങളുടെ വിലപോലും മേൽപ്പോട്ട് കുതിച്ചുയരുമ്പോൾ "വികസനം എന്നാൽ എന്ത്" എന്ന ചോദ്യം ആവർത്തിക്കപ്പെടുന്നു. ധനപരവും ഭരണപരവുമായ നടപടികൾ എടുക്കുന്നതോടൊപ്പംതന്നെ രാഷ്ട്രത്തിന്റെ ഭാവിപ്രവർത്തനങ്ങൾ കരുപ്പിടിപ്പിക്കുന്നതിനുതകുംവിധമുള്ള നയപരിപാടികൾ കൂടുതൽ ആവിഷ്കരിക്കേണ്ടിയിരിക്കുന്നു. ആഗോളീകരണത്തിന്റെ പശ്ചാത്തലത്തിൽ ഇന്ന് ഏറെ പ്രാധാന്യമർഹിക്കുന്നു. ആഗോളീകരണ പ്രവർത്തനങ്ങളുടെ നേട്ടവശങ്ങൾ സ്വായത്തമാക്കുന്നതോടൊപ്പം ദോഷവശങ്ങളെ ശക്തമായി ചെറുത്തുനിർത്തുന്നതിനും ഉതകുന്ന വികസനതന്ത്രം ശക്തിപ്പെടുത്തണം.

ബ്രിട്ടീഷ്ഭരണകാലം മുതൽ നാളിതുവരെയുള്ള ഇന്ത്യൻ സമ്പദ്ഘടനയുടെ പ്രവർത്തനങ്ങൾ നാല് വ്യത്യസ്ത കാലഘട്ടങ്ങളിലൂടെ സംക്ഷിപ്തമായി അവതരിപ്പിക്കുകയാണ് ഈ പുസ്തകത്തിൽ. ഇന്ത്യൻ സമ്പദ്ഘടനയുടെ പ്രവർത്തനങ്ങൾ അറിയുവാനാഗ്രഹിക്കുന്നവർക്ക് ഒരു വാതിൽപ്പടി മാത്രമാണിത്. *കേരള സമ്പദ്ഘടനയെന്ന* പുസ്തകം തയ്യാറാക്കുന്നതിൽ സഹകരിച്ചതുപോലെ കോളേജ് അധ്യാപകരുടെ കൂട്ടായ്മയുടെ പരിണതഫലമാണ് *ഇന്ത്യൻ സമ്പദ്ഘടന കാലഘട്ടങ്ങളിലൂടെ* എന്ന ഈ പുസ്തകവും. ഇന്ത്യൻ സമ്പദ്ഘടനയുടെ പ്രശ്നങ്ങളും സാദ്ധ്യതകളും അവലോകനം ചെയ്യുവാനും നയരൂപീകരണത്തിന് ക്രിയാത്മകമായ നിർദ്ദേശങ്ങൾ നടത്തുവാനും വേണ്ടി തുടർവായന നടത്തുവാനാഗ്രഹിക്കുന്നവർക്ക് മാർഗദർശനം നൽകുവാൻ കഴിഞ്ഞാൽ ലേഖകർ ധന്യരായി.

തിരുവനന്തപുരം
25.06.08

ഡോ: ബി വിജയകുമാർ
എഡിറ്റർ

1

ഇന്ത്യൻ സമ്പദ്ഘടന – ബ്രിട്ടീഷ് ഭരണത്തിൻ കീഴിൽ

ഡോ. ആർ സുന്ദരേശൻ

സാമ്പത്തിക നയരൂപീകരണത്തിന് 'ഓരോ രാഷ്ട്രത്തിന്റെയും ഭൂതകാല സാമ്പത്തിക ചരിത്രസംബന്ധമായ അറിവ്' അനിവാര്യമാണ്. തലമുറതലമുറയായി രാജ്യങ്ങളിൽ നടക്കുന്ന സാമ്പത്തിക പ്രവർത്തനങ്ങളുടെ വിവരണമാണ് സാമ്പത്തിക ചരിത്രശാസ്ത്രത്തിന്റെ ഉള്ളടക്കം. ഈ പശ്ചാത്തലത്തിൽ ഇന്ത്യയുടെ കാർഷിക, വ്യാവസായിക, ഗതാഗത, ബാങ്കിംഗ് മേഖലകളിലെ സമകാലിക പ്രശ്നങ്ങൾ മനസ്സിലാക്കുന്നതിന് ഇന്ത്യയുടെ സാമ്പത്തിക ചരിത്രം വിലയിരുത്തേണ്ടതുണ്ട്. സ്വതന്ത്രഭാരതത്തിന്റെ സാമ്പത്തികാവസ്ഥ അറിയുന്നതിന് 'ബ്രിട്ടീഷ് – ഇന്ത്യൻ കാലഘട്ടത്തിലെ അവസ്ഥ അറിയണം. ബ്രിട്ടൻ 1818 ൽ ഇന്ത്യയിൽ ആധിപത്യം സ്ഥാപിക്കുകയും 1947 വരെ അത് തുടരുകയും ചെയ്തു. ഈ കാലഘട്ടത്തിലെ സാമ്പത്തികനയങ്ങളും പ്രവർത്തനങ്ങളും ഇന്ത്യൻ സമ്പദ്വ്യവസ്ഥയിൽ ഉണ്ടായ പിൽക്കാലസംഭവങ്ങളെ കാര്യമായി സ്വാധീനിച്ചു.

ബ്രിട്ടീഷ് ഭരണം സ്ഥാപിതമായശേഷം നിലവിൽവന്ന ഏകീകൃതഭരണം, സുസ്ഥിരവും ഫലപ്രദവുമായ സാമ്പത്തിക പ്രവർത്തനങ്ങൾക്കും വഴിതെളിച്ചു. ബ്രിട്ടീഷ് സാമ്രാജ്യത്തിന്റെ അനുദിനം വികസിച്ചുകൊണ്ടിരുന്ന വ്യവസായമേഖലയ്ക്ക് ആവശ്യമായ വിഭവങ്ങൾ പ്രദാനംചെയ്യുന്ന കേന്ദ്രമാക്കി ഇന്ത്യയെ ചൂഷണം ചെയ്യുന്ന ചൂഷണാധിഷ്ഠിതമായ ഈ ഭരണസംവിധാനത്തിൽനിന്നും എത്രത്തോളം വികസനം ബ്രിട്ടീഷിന്ത്യക്ക് കൈവരിക്കാൻ കഴിഞ്ഞിട്ടുണ്ട് എന്ന് സങ്കൽപ്പി

ക്കാവുന്നതേയുള്ളു. ബ്രിട്ടീഷ് ഇന്ത്യൻ സമ്പദ്വ്യവസ്ഥയുടെ ഘടനാപരമായ പ്രത്യേകതകൾ വിശദമായി പരിശോധിക്കാം:

1. താഴ്ന്ന നിലവാരത്തിലെ സാമ്പത്തിക വികസനം

ദാദാഭായ് നവറോജി

ബ്രിട്ടീഷ് ഭരണത്തിന് മുമ്പു തന്നെ ഇന്ത്യക്ക് ഒരു 'സ്വതന്ത്ര സമ്പദ് വ്യവസ്ഥ'യുണ്ടായിരുന്നു. പ്രധാന ജീവിതമാർഗ്ഗം കൃഷിയായിരുന്നെങ്കിലും വിവിധ വ്യവസായങ്ങളും നിലവിലുണ്ടായിരുന്നു. കരകൗശല വ്യവസായങ്ങളാൽ ഇന്ത്യ ലോകപ്രശസ്തമായിരുന്നു. ഈ ഉൽപ്പന്നങ്ങളുടെ ഗുണമേന്മയും നിർമ്മാണത്തിലെ കരവിരുതും മൂലം അവയ്ക്ക് വിപുലമായ ലോകവിപണി നേടിയെടുക്കാൻ കഴിഞ്ഞു. ഡാക്കാ മസ്ലിൻ, കാശ്മീർ ഷാൾ, ആറന്മുള കണ്ണാടി തുടങ്ങിയവ മേൽപ്പറഞ്ഞ ഇനങ്ങളിൽപ്പെടുന്നു.

ഇന്ത്യൻ സമ്പദ്വ്യവസ്ഥയുടെ വികസനത്തേക്കാളുപരി മാതൃരാജ്യത്തിന്റെ സാമ്പത്തിക താൽപ്പര്യങ്ങൾ സംരക്ഷിക്കുന്ന നയമായിരുന്നു ഇന്ത്യയിലെ കോളനി സർക്കാർ അനുവർത്തിച്ചിരുന്നത്. ഇത്തരം സാമ്പത്തിക നയങ്ങൾ ഇന്ത്യൻ സമ്പദ്വ്യവസ്ഥയിൽ ഘടനാപരമായ മാറ്റം വരുത്തി. ഉദാഹരണമായി ബ്രിട്ടീഷ് വ്യാവസായിക ഉൽപ്പന്നങ്ങളുടെ ഉപഭോക്താവായും ആ വ്യവസായങ്ങൾക്ക് ആവശ്യമായ വിഭവങ്ങൾ വിതരണം ചെയ്യുന്ന രാജ്യമായും ഇന്ത്യയെ മാറ്റി. ഒരു രാജ്യത്തിന്റെ വികസനനയം രൂപീകരിക്കുക എന്നതാണ് ഏത് സർക്കാരിന്റെയും പ്രാഥമികമായ ചുമതല. ഇതിന്റെ ഭാഗമായി ദേശത്തിന്റെ സാമ്പത്തികസ്ഥിതി വിലയിരുത്തേണ്ടതുണ്ട്. ഇതിലേക്കായി ദേശീയ ആളോഹരി വരുമാനനിലവാരം കണക്കാക്കണം. എന്നാൽ സർവശ്രീ ദാദാബായി നവറോജി, വില്യം ഡിഗ്ബൈ, ഫിൻലേ ഷിറാസ്സ്, വി കെ ആർ വി റാവു, ആർ സി ദേശായ്

വി. കെ. ആർ. വി. റാവു

തുടങ്ങി ഏതാനും വ്യക്തികളിൽനിന്നും ചില ശ്രമങ്ങളുണ്ടായതൊഴിച്ചാൽ ഇത്തരത്തിലുള്ള ഒരു ശ്രമവും ബ്രിട്ടീഷിന്ത്യാ സർക്കാരിന്റെ ഭാഗത്തുനിന്നുമുണ്ടായിട്ടില്ല. ഇന്ത്യയുടെ ദീർഘകാല വികസനത്തിൽ വിദേശഭരണാധികാരികൾ തൽപ്പരരായിരുന്നില്ല എന്നതിലേക്കാണ് ഇത് വിരൽചൂണ്ടുന്നത്.

കാർഷികമേഖല

ബ്രിട്ടീഷ് ഭരണകാലത്ത് ഇന്ത്യ ഒരു കാർഷികരാജ്യമായിരുന്നു. ഏകദേശം 85 ശതമാനം ജനങ്ങളും ഗ്രാമങ്ങളിൽ വസിക്കുകയും ഉപജീവനത്തിനായി പ്രത്യക്ഷമായോ പരോക്ഷമായോ കൃഷിയെ ആശ്രയിക്കുകയും ചെയ്തു. ബഹുഭൂരിപക്ഷം ജനങ്ങളും ജീവിതമാർഗ്ഗമായി കൃഷിയെ ആശ്രയിച്ചിരുന്നെങ്കിലും കാർഷികമേഖല സ്തംഭനത്തിലായിരുന്നു. ഈ മേഖലയിൽ ഉൽപ്പാദനക്ഷമത വളരെ താഴ്ന്നതായിരുന്നു. കാർഷികമേഖല കൈവരിച്ച നാമമാത്ര വികസനംതന്നെ കൂടുതൽ പ്രദേശം കൃഷിക്ക് വിധേയമാക്കിയതുകൊണ്ടുണ്ടായതാണ്. കോളനിഭരണം ജന്മംനൽകിയ ഭൂ ഉടമസ്ഥതാ ബന്ധമാണ് (land settlement) ഈ മേഖലയുടെ സ്തംഭനാവസ്ഥയ്ക്കു കാരണമായത്. ബംഗാൾ പ്രവിശ്യയിൽ നിലനിന്നിരുന്ന സെമീന്ദാരി സമ്പ്രദായം പ്രത്യേകം പരാമർശിക്കേണ്ടതാണ്. ഈ സമ്പ്രദായപ്രകാരം കാർഷികമേഖലയിൽനിന്നുള്ള ലാഭം കർഷകർക്ക് ലഭിക്കുന്നതിന് പകരം സെമീന്ദാർമാർ കൈക്കലാക്കി. ലാഭം കയ്യാളിയ സെമീന്ദാർമാർ കാർഷികമേഖല മെച്ചപ്പെടുത്തുന്ന നടപടികളൊന്നുംതന്നെ സ്വീകരിച്ചിരുന്നില്ല. കർഷകരുടെ സാമ്പത്തികസ്ഥിതി എന്തുതന്നെയായിരുന്നാലും കർഷകരിൽനിന്നും നിഷ്കരുണം പാട്ടംപിരിക്കുന്ന നയമായിരുന്നു സെമീന്ദാർമാർ സ്വീകരിച്ചിരുന്നത്. നിശ്ചിതതുക സെമീന്ദാർമാർ നിശ്ചിത സമയത്തുതന്നെ അടയ്ക്കണമെന്ന സെമീന്ദാരി സമ്പ്രദായത്തിന്റെ വ്യവസ്ഥയാണ് ഈ കർശനനിലപാട് സ്വീകരിക്കാൻ അവരെ പ്രേരിപ്പിച്ചത്. താഴ്ന്ന നിലവാരത്തിലെ സാങ്കേതികവിദ്യ, ജലസേചനസൗകര്യങ്ങളുടെ അഭാവം, രാസവളം ഉപയോഗത്തിന്റെ അഭാവം മുതലായ ഘടകങ്ങളും കാർഷികമേഖലയുടെ ദുരവസ്ഥയ്ക്കും കർഷകരുടെ പരിതാപകരമായ അവസ്ഥയ്ക്കും കാരണമായിട്ടുണ്ട്. രാജ്യത്തിന്റെ ചില ഒറ്റപ്പെട്ട പ്രദേശങ്ങളിൽ വാണിജ്യവിളകൾക്ക് (എണ്ണക്കുരുക്കൾ, പരുത്തി, ചണം) ഉയർന്ന ഉൽപ്പാദനക്ഷമത കൈവരിക്കാൻ കഴിഞ്ഞിട്ടുണ്ട്. എന്നാൽ കർഷകരുടെ പൊതുവായ സാമ്പത്തികസ്ഥിതി മെച്ചപ്പെടുത്താൻ ഇത് സഹായിച്ചില്ല. ബ്രിട്ടീഷ് ഭരണകാലഘട്ടത്തിലെ അവികസിത കാർഷികമേഖലയ്ക്ക് കൂടുതൽ ആഘാതമേൽപ്പിച്ച സംഭവമായിരുന്നു ഇന്ത്യാവിഭജനം. ജലസേചനവും ഫലപുഷ്ടിയുമുള്ള കിഴക്കൻ ബംഗാളിലെ കൂടുതൽ പ്രദേശങ്ങൾ (കിഴക്കൻ ബംഗാൾ) പാകിസ്ഥാനിലേക്ക് പോയത് ഇന്ത്യയുടെ കാർഷിക ഉൽപ്പാദനത്തെ കൂടുതൽ പ്രതികൂലമായി ബാധിച്ചു. ചണം ഉൽപ്പാദനമാണ് ഇതിനുദാഹരണം. ഇന്ത്യയിൽ ചണ ഉൽപ്പാദനം കുറഞ്ഞത് ചണ

വ്യവസായത്തെ ഏറെ പ്രതികൂലമായി ബാധിച്ചു. ബ്രിട്ടീഷ് ഭരണാധികാരികളുടെ ഭരണനയം ഇന്ത്യൻ കാർഷികമേഖലയുടെ തകർച്ചയ്ക്ക് വഴിതെളിച്ചു.

വ്യാവസായിക മേഖല

കാർഷികമേഖല എന്നപോലെ വ്യാവസായികമേഖലയ്ക്കും ശക്തമായ ഒരടിത്തറ പാകാൻ ബ്രിട്ടീഷ്ഭരണകൂടത്തിന് കഴിഞ്ഞില്ല. ലോകപ്രശസ്ത കരകൗശലവസ്തുക്കൾ സംഭാവന നൽകിയ ഇന്ത്യയുടെ കരകൗശലവ്യവസായം ബ്രിട്ടീഷിന്ത്യൻ സർക്കാരിന്റെ നയവൈകല്യംമൂലം തകർന്നടിഞ്ഞു. ബ്രിട്ടീഷ് വ്യാവസായിക ഉൽപ്പന്നങ്ങൾ പ്രോത്സാഹിപ്പിക്കുന്ന വിദേശഗവണ്മെന്റിന്റെ നയംമൂലം ഇന്ത്യൻ കരകൗശല ഉൽപ്പന്നങ്ങൾക്ക് വിദേശ ഉൽപ്പന്നങ്ങളുമായി മത്സരിക്കേണ്ടിവന്നു. ഈ മത്സരത്തെ അതിജീവിക്കാൻ കഴിയാതെ പ്രസ്തുത വ്യവസായങ്ങൾ ക്രമേണ തകർന്നടിഞ്ഞു. ഇന്ത്യൻ വ്യവസായത്തെ പ്രോത്സാഹിപ്പിക്കുന്നതിന് പകരം ഇവിടെ ലഭ്യമായ വിഭവങ്ങൾ മാതൃരാജ്യത്തിലെ ആധുനിക വ്യവസായങ്ങൾക്ക് ഉപയോഗിക്കുകയും ഇന്ത്യയെ ബ്രിട്ടീഷ് വ്യാവസായിക ഉൽപ്പന്നങ്ങളുടെ വിപണിയാക്കി മാറ്റുകയും ചെയ്ത നയമായിരുന്നു ബ്രിട്ടീഷ് ഭരണകർത്താക്കൾ അനുവർത്തിച്ചത്. ചുരുക്കത്തിൽ ഇന്ത്യൻ വ്യാവസായിക അടിത്തറ തകർത്തായാലും സ്വന്തം നാടിന്റെ വ്യവസായ പുരോഗതിയായിരുന്നു കോളനി സർക്കാരിന്റെ ലക്ഷ്യം. കരകൗശല വ്യവസായങ്ങളുടെ നാശം ഇന്ത്യയിൽ തൊഴിലില്ലായ്മ വർദ്ധിപ്പിക്കുകയും ഇന്ത്യൻ ഉപഭോക്തൃവിപണിയിൽ ബ്രിട്ടീഷ് വ്യാവസായിക ഉൽപ്പന്നങ്ങൾക്ക് വർദ്ധിച്ച ചോദനമുണ്ടാവുകയും ചെയ്തു. ഈ ചോദനം നിറവേറ്റുന്നതിനായി ബ്രിട്ടീഷ് വ്യാവസായിക ഉൽപ്പന്നങ്ങൾ ഇന്ത്യയിലേക്ക് ഇറക്കുമതി ചെയ്തു.

19–ാം നൂറ്റാണ്ടിന്റെ രണ്ടാംപകുതിയോടെ ആധുനികവ്യവസായങ്ങളുടെ വേരുകൾ ഇന്ത്യൻമണ്ണിൽ ഓടിത്തുടങ്ങി. എന്നാൽ ഇവയുടെ പുരോഗതി മന്ദഗതിയിലായിരുന്നു. പരുത്തി–തുണി വ്യവസായങ്ങളുടെ ആരംഭം ഇന്ത്യയിൽ വ്യാവസായത്തിന് അടിത്തറ പാകി. ഭാരതീയരുടെ ആധിപത്യത്തിലായിരുന്ന പരുത്തിത്തുണി വ്യവസായം മഹാരാഷ്ട്ര, ഗുജറാത്ത് തുടങ്ങിയ പ്രദേശങ്ങളിൽ കേന്ദ്രീകരിച്ചു. എന്നാൽ വിദേശീയരുടെ നിയന്ത്രണത്തിലായിരുന്ന ചണവ്യവസായം ബംഗാളിൽ കേന്ദ്രീകരിച്ചു. 20–ാം നൂറ്റാണ്ടിന്റെ ആരംഭത്തിൽ ഇരുമ്പുരുക്ക് വ്യവസായങ്ങൾ ഉയർന്നുവന്നു. റ്റാറ്റാ ഇരുമ്പുരുക്ക് വ്യവസായശാല (TISCO) 1907 ൽ സ്ഥാപിക്കപ്പെട്ടു. രണ്ടാം ലോകമഹായുദ്ധാനന്തരം പഞ്ചസാര, സിമന്റ്, കടലാസ് തുടങ്ങി ഏതാനും വ്യവസായങ്ങളും നിലവിൽ വന്നു.

എന്നാൽ ഈ കാലഘട്ടത്തിൽ വ്യവസായവൽക്കരണം സാധ്യമാക്കുന്ന യന്ത്രങ്ങളും യന്ത്രോപകരണങ്ങളും ഉൽപ്പാദിപ്പിക്കുന്ന അടിസ്ഥാന വ്യവസായങ്ങൾ പരിമിതമായിരുന്നു. ഈ ഒറ്റപ്പെട്ട വ്യവസായ

ടാറ്റാ അയൺ ആന്റ് സ്റ്റീൽ കമ്പനി (TISCO)

ങ്ങൾ രാജ്യത്തെ പരമ്പരാഗത-കരകൗശല വ്യവസായങ്ങളിൽ അധിഷ്ഠിതമായ വ്യാവസായിക പശ്ചാത്തലം മാറ്റിമറിക്കാൻ പര്യാപ്തമായിരുന്നില്ല. നിലവിലുള്ള വ്യവസായങ്ങളുടെ വളർച്ചാനിരക്കും ദേശീയ ഉൽപ്പന്നത്തിലേക്ക് അവ നൽകിയ സംഭാവനയും വളരെ പരിമിതമായിരുന്നു. എടുത്തുപറയാവുന്ന മറ്റൊരു പോരായ്മ പൊതുമേഖലാ വ്യവസായങ്ങളുടെ പരിമിതമായ പ്രവർത്തനമാണ്. റെയിൽവേ, ഊർജ്ജോൽപ്പാദനം, വാർത്താവിനിമയം, തുറമുഖം, മറ്റുചില സ്ഥാപനങ്ങൾ എന്നിവയിൽ പൊതുമേഖലയുടെ പ്രവർത്തനം ഒതുങ്ങിനിന്നു.

വിദേശവ്യാപാരം

ഭാരതം പ്രാചീനകാലം മുതൽ ഒരു വ്യാപാരപ്രമുഖരാജ്യമായിരുന്നു. എന്നാൽ വിദേശ സർക്കാരിന്റെ ഉൽപ്പാദന നിയന്ത്രണ നയങ്ങളും വ്യാപാര-നികുതി നയങ്ങളും ഇന്ത്യയുടെ വിദേശ വ്യാപാര ഘടനയെ പ്രതികൂലമായി ബാധിച്ചു. തൽഫലമായി ഇന്ത്യ, അസംസ്കൃതവസ്തുക്കൾ കയറ്റുമതി ചെയ്യുകയും മറ്റുരാജ്യത്തിന്റെ ഉപഭോക്തൃ - മൂലധന വസ്തുക്കൾ ഇറക്കുമതി ചെയ്യുകയും ചെയ്യുന്ന രാജ്യമായി മാറി. എല്ലാ അർത്ഥത്തിലും ഭാരതത്തിന്റെ കയറ്റുമതിയും ഇറക്കുമതിയും ബ്രിട്ടന്റെ കുത്തകനിയന്ത്രണത്തിലായി. തുടർന്ന് ഇന്ത്യൻ വിദേശവ്യാപാരത്തിന്റെ പകുതിയിലേറെയും ബ്രിട്ടനുമായിട്ടായി. ശേഷിച്ചവ ചൈന, സിലോൺ, പേർഷ്യ തുടങ്ങിയ രാജ്യങ്ങളുമായിട്ടും. 1869-ൽ സൂയസ് കനാൽ തുറന്നതോടെ ഇന്ത്യൻ വിദേശവ്യാപാരത്തിൽ ബ്രിട്ടനുണ്ടായിരുന്ന നിയന്ത്രണം കൂടുതൽ ശക്തമായി.

സൂയസ് കനാൽ

കോളനിഭരണകാലത്ത് കയറ്റുമതി മിച്ചമായിരുന്നു ഇന്ത്യൻ വിദേശവ്യാപാരത്തിന്റെ പ്രത്യേകത. എന്നാൽ ഈ കയറ്റുമതിമിച്ചം ഇന്ത്യൻ സമ്പദ്വ്യവസ്ഥയെ ചൂഷണം ചെയ്തുകൊണ്ടായിരുന്നു. കയറ്റുമതി മൂലം ആഭ്യന്തരവിപണിയിൽ അവശ്യവസ്തുക്കളായ ഭക്ഷ്യധാന്യം, വസ്ത്രം, മണ്ണെണ്ണ മുതലായവയ്ക്ക് രൂക്ഷമായ ക്ഷാമം നേരിട്ടു. മാത്രമല്ല കയറ്റുമതി മിച്ചത്തിലൂടെ ഇന്ത്യയിലേക്ക് സ്വർണ്ണമോ വെള്ളിയോ എത്തിയതുമില്ല. വിദേശവ്യാപാരത്തിലൂടെ നേടിയ കയറ്റുമതി മിച്ചം ബ്രിട്ടന്റെ യുദ്ധച്ചെലവുകൾക്കും ഇറക്കുമതി ചെലവുകൾക്കുമായി വിനിയോഗിച്ചു. സുശക്തമായ വിദേശവ്യാപാരം ഒരു രാജ്യത്തിന്റെ സമ്പദ്വ്യവസ്ഥയെ ശക്തിപ്പെടുത്താൻ സഹായിക്കും. ഇന്ത്യയിലെ വിദേശഭരണത്തിന്റെ വികലമായ സമീപനം ഇതിന് വിലങ്ങുതടിയായി.

ജനസംഖ്യ

ഒരു ദേശത്തിന്റെ സാമ്പത്തികാവസ്ഥ അവിടെ ലഭ്യമാകുന്ന വിഭവങ്ങളെ ആശ്രയിച്ചിരിക്കുന്നു. ജനസമ്പത്ത് ഓരോ രാജ്യത്തിന്റെയും വികസനദിശ നിശ്ചയിക്കുന്നതിൽ പ്രധാന പങ്ക് വഹിക്കുന്നു. ജനസമ്പത്ത് വികസനത്തിനുപയോഗിക്കുന്നതിന് അതിന്റെ ഘടന മനസ്സിലാക്കേണ്ടതുണ്ട്. ജനസംഖ്യാ സംബന്ധമായ സ്ഥിതിവിവര ശേഖരണം ഈ ഘടന മനസ്സിലാക്കുന്നതിന് സഹായകമാണ്.

ബ്രിട്ടീഷിന്ത്യയിൽ ആദ്യമായി 1872 ലെ കാനേഷുമാരിയിലൂടെ ജനസംഖ്യാ സംബന്ധമായ വിവരങ്ങൾ ശേഖരിച്ചു. ഈ കണക്കെടുപ്പിലൂടെ ഇന്ത്യയിലെ ജനസംഖ്യാ മാറ്റത്തിലെ ഏറ്റക്കുറച്ചിലുകൾ പുറത്തുകൊണ്ടുവരാൻ കഴിഞ്ഞു. ആദ്യ കാനേഷുമാരിക്കുശേഷം 1881 മുതൽ ഓരോ പത്തുവർഷവും കാനേഷുമാരി നടത്തിയിരുന്നു. സാമ്പത്തികവികസനത്തിന്റെ ഓരോ ഘട്ടത്തിലും വ്യത്യസ്തമായ സ്വഭാവത്തിൽ ജനസംഖ്യാമാറ്റമുണ്ടാകുന്നു. സാമ്പത്തിക വികസനത്തിനനുസരിച്ചുണ്ടാകുന്ന ജനസംഖ്യാമാറ്റത്തെ മൂന്നു ഘട്ടങ്ങളായി വേർതിരിക്കാം.

ബ്രിട്ടീഷ് ഭരണകാലഘട്ടത്തിൽ ഇന്ത്യയിലെ വിവിധ സാമൂഹ്യ വികസനസൂചികകൾ പ്രോത്സാഹജനകമായിരുന്നില്ല. പൊതുവായ സാക്ഷരത ഏകദേശം 16 ശതമാനത്തിൽ താഴെയായിരുന്നു. സ്ത്രീ സാക്ഷരത 7 ശതമാനത്തോളമായിരുന്നു. പൊതുജനാരോഗ്യ സൗകര്യങ്ങൾ വളരെ പരിമിതമായിരിക്കുകയും ജല–വായു സംബന്ധമായ രോഗങ്ങൾ വ്യാപകമാവുകയും ചെയ്തതുവഴി അനേകംപേരുടെ ജീവൻ ആ കാലഘട്ടത്തിൽ നഷ്ടപ്പെട്ടു. വിദേശ ഭരണ കാലഘട്ടത്തിൽ ഇന്ത്യയിൽ മരണനിരക്ക് (218/1000) പൊതുവെയും ശിശുമരണനിരക്ക് പ്രത്യേകിച്ചും ദയനീയമാംവിധം വളരെ ഉയർന്നതായിരുന്നു. 2005 ൽ ഇത് വെറും 57/1000 ആയി കുറഞ്ഞു. കോളനി ഭരണസമയം ഇന്ത്യയിലെ ആയുർദൈർഘ്യം 32 വർഷമായിരുന്നത് 2005 ൽ 62 വയസ്സായി ഉയർന്നു. വ്യക്തമായ സ്ഥിതിവിവരക്കണക്കുകളുടെ അഭാവത്തിൽ ഈ കാലഘട്ടത്തിലെ ദാരിദ്ര്യത്തിന്റെ വ്യാപ്തി മനസ്സിലാക്കുക പ്രയാസമാണ്. എങ്കിലും വ്യാപകമായ ദാരിദ്ര്യത്തിന്റെ ഫലമായി ജനങ്ങളുടെ അവസ്ഥ വളരെ പരിതാപകരമായിരുന്നു.

തൊഴിൽഘടന (Occupational Structure)

ഓരോ സമ്പദ്വ്യവസ്ഥയിലും വിവിധ പ്രവർത്തന മേഖലകളിൽ ഏർപ്പെട്ടിരിക്കുന്ന ജനങ്ങളുടെ എണ്ണം അവിടത്തെ തൊഴിൽഘടനയെ സൂചിപ്പിക്കുന്നു. സമ്പദ്ഘടനയിലുണ്ടാകുന്ന മാറ്റങ്ങൾക്കനുസരിച്ച് തൊഴിൽ ഘടനയിലും മാറ്റമുണ്ടാകുന്നു.

വിദേശ ഭരണ കാലഘട്ടത്തിൽ ഇന്ത്യയിൽ നിലനിന്നിരുന്ന പരമ്പരാഗത തൊഴിൽഘടനയിൽ കാര്യമായ മാറ്റം ഉണ്ടായില്ല. ഏകദേശം 70 –75 ശതമാനം ആളുകൾ കാർഷികമേഖലയിലും 10 ശതമാനം വ്യാവസായികമേഖലയിലും 15–20 ശതമാനത്തോളം ജനങ്ങൾ സേവനമേഖലയിലും പ്രവർത്തിച്ചു. തൊഴിൽ ഘടനയിൽ പ്രാദേശികമായ അന്തരം വളരെ പ്രകടമായിരുന്നു. മദ്രാസ് പ്രസിഡൻസി, മഹാരാഷ്ട്ര, പശ്ചിമ ബംഗാൾ തുടങ്ങിയ പ്രദേശങ്ങളിൽ കൃഷിയെ ആശ്രയിക്കുന്നവരുടെ എണ്ണം കുറയുകയും വ്യാവസായിക മേഖലയെ ആശ്രയിക്കുന്നവരുടെ എണ്ണം വർദ്ധിക്കുകയും ചെയ്തു.

പശ്ചാത്തലമേഖല

കോളനിഭരണത്തിൻകീഴിൽ ഇന്ത്യയിൽ പശ്ചാത്തല മേഖലാവികസനം പ്രകടമായിരുന്നു. റെയിൽവെ, തുറമുഖം, ജലഗതാഗതം, കമ്പിത്തപാൽ തുടങ്ങിയ മേഖലകൾ വികസനത്തിന് വിധേയമായിരുന്നു. ഇവയുടെ വികസനത്തിനു പിന്നിൽ ജനതാൽപ്പര്യത്തിനുപരി കോളനി താൽപ്പര്യമായിരുന്നു. ബ്രിട്ടീഷുകാരുടെ ആഗമനത്തിന് മുമ്പുതന്നെ ഇന്ത്യയിൽ റോഡുകൾ നിർമ്മിച്ചിരുന്നുവെങ്കിലും അവ ആധുനിക ഗതാഗതത്തിന് പര്യാപ്തമായിരുന്നില്ല. ഇന്ത്യയിലാകമാനം സൈന്യത്തിന്

സഞ്ചരിക്കുവാനും ഇംഗ്ലണ്ടിലേക്കും മറ്റു വിദേശരാജ്യങ്ങളിലേക്കുമുള്ള അസംസ്കൃതവസ്തുക്കൾ ഗ്രാമങ്ങളിൽനിന്നും റെയിൽവെ സ്റ്റേഷനിലേക്കും തുറമുഖങ്ങളിലേക്കും എത്തിക്കുന്നതിനുമാണ് പ്രധാനമായും റോഡുകൾ ഉപയോഗിച്ചിരുന്നത്. എല്ലാ കാലാവസ്ഥയ്ക്കും അനുയോജ്യമായ റോഡുകൾ പരിമിതമായിരുന്നതിനാൽ വർഷകാലത്ത് ഗ്രാമങ്ങളിൽ എത്തുക ദുഷ്കരമായിരുന്നു. ഗ്രാമവാസികൾ ഇക്കാരണത്താൽ പ്രകൃതിദുരന്തത്തിലും ക്ഷാമകാലത്തും ഏറെ കഷ്ടപ്പെടുകയും ചെയ്തു.

ബ്രിട്ടീഷ് ഭരണാധികാരികൾ 1850 ൽ ഇന്ത്യയിൽ റെയിൽവെ സ്ഥാപിച്ചു. ഇതുതന്നെയാണ് അവർ ഇന്ത്യക്കു നൽകിയ ഒരു മഹത്തായ സംഭാവന. റെയിൽവെയുടെ ആവിർഭാവം ഇന്ത്യൻ സമ്പദ്വ്യവസ്ഥയുടെ ഘടനയെ രണ്ടുതരത്തിൽ ബാധിച്ചു. ഒന്നാമതായി ഇത് ജനങ്ങളുടെ ദീർഘദൂര സഞ്ചാരം സാദ്ധ്യമാക്കി. അതുവഴി ഭൂമിശാസ്ത്രപരവും സാംസ്കാരികവുമായ തടസ്സങ്ങൾ നീക്കാൻ കഴിഞ്ഞു. രണ്ടാമതായി കൃഷിയുടെ വാണിജ്യവൽക്കരണം സാദ്ധ്യമാക്കുകയും അങ്ങനെ ഗ്രാമീണ സമ്പദ്വ്യവസ്ഥയുടെ സ്വയംപര്യാപ്തതയെ പ്രതികൂലമായി ബാധിക്കുകയും ചെയ്തു. ഇന്ത്യയുടെ കയറ്റുമതി വർദ്ധിച്ചെങ്കിലും അതിന്റെ പ്രയോജനം ജനങ്ങൾക്കു ലഭ്യമായില്ല.

റെയിൽവെ–റോഡ് വികസനത്തോടൊപ്പം ഉൾനാടൻ വ്യാപാരം വികസിപ്പിക്കുന്നതിനുള്ള നടപടികളും അധികാരികൾ കൈക്കൊണ്ടിരുന്നു. എന്നാൽ ഈ നടപടികൾക്ക് തൃപ്തികരമായ ഫലം ഉണ്ടായില്ല. തപാൽ സർവീസ്, ഇലക്ട്രോണിക് ടെലിഗ്രാഫ് സർവീസ് തുടങ്ങിയവയും കോളനിഭരണത്തിന്റെ സംഭാവനയാണ്.

രണ്ട് നൂറ്റാണ്ടുകാലത്തെ ബ്രിട്ടീഷ് ഭരണം ഇന്ത്യൻ സമ്പദ്വ്യവസ്ഥയുടെ വിവിധ മേഖലകളിൽ സൃഷ്ടിച്ച ആഘാതം, സ്വാതന്ത്ര്യം കൈവരിച്ച കാലത്ത് അനുഭവപ്പെട്ടിരുന്നു. കാർഷികമേഖല താഴ്ന്ന ഉൽപ്പാദനക്ഷമത കൊണ്ടും ആവശ്യത്തിലധികം തൊഴിലാളികളെക്കൊണ്ടും വീർപ്പുമുട്ടുകയായിരുന്നു. വ്യാവസായികമേഖല ആധുനികവൽക്കരണത്തിന്റെയും വൈവിധ്യവൽക്കരണത്തിന്റെയും പൊതുമുതൽമുടക്കിന്റെയും അഭാവം നേരിടുകയായിരുന്നു. വിദേശവ്യാപാരം തദ്ദേശീയ സമ്പദ്വ്യവസ്ഥയെ ശക്തിപ്പെടുത്തുന്നതിലുപരി ബ്രിട്ടന്റെ വ്യാവസായിക വിപ്ലവത്തെ സഹായിക്കുകയായിരുന്നു. റെയിൽവെ തുടങ്ങിയ അടിസ്ഥാന സൗകര്യങ്ങൾ കൂടുതൽ വിപുലീകരിക്കേണ്ടിയിരുന്നു. ദാരിദ്ര്യവും തൊഴിലില്ലായ്മയും വ്യാപകമായിരുന്നു. അതിനാൽ സ്വതന്ത്ര ഭാരതസർക്കാരിന് ക്ഷേമാധിഷ്ഠിതമായ ഒരു നയം ആവിഷ്കരിച്ചു നടപ്പാക്കേണ്ടിവന്നു. ചുരുക്കത്തിൽ സ്വതന്ത്ര ഭാരതം സാമൂഹ്യ–സാമ്പത്തിക രംഗത്ത് നേരിടേണ്ടിവന്ന വെല്ലുവിളികൾ അനവധിയായിരുന്നു.

2

നിയന്ത്രിത സമ്പദ്ഘടന (1948 – 1970)

ഡോ. പി കൃഷ്ണകുമാർ

ദീർഘകാലത്തെ ബ്രിട്ടീഷ്ഭരണം ഇന്ത്യയുടെ സാമ്പത്തിക തകർച്ചയ്ക്ക് വഴിയൊരുക്കിയത് നാം കണ്ടുവല്ലോ. വിഭവദൗർബല്യമാണ് ഈ തകർച്ചയുടെ പ്രധാനകാരണമെന്ന് വാദിക്കുന്ന പല സാമ്പത്തിക ചിന്തകന്മാരുമുണ്ട്. എന്നാൽ വികസനത്തിനാവശ്യമായ വിഭവങ്ങളെല്ലാം ഒരു രാജ്യത്ത് കണ്ടെത്തുക സാധ്യമല്ല എന്ന് എല്ലാവർക്കും അറിയാം. മാത്രമല്ല, വിഭവദാരിദ്ര്യം ഏറെ അനുഭവിച്ച ജപ്പാനെപ്പോലുള്ള രാജ്യങ്ങൾ വികസനം കൈവരിച്ച ഉദാഹരണങ്ങളും നമ്മുടെ മുന്നിലുണ്ട്. നിക്കൽ പെട്രോളിയം തുടങ്ങിയ ചില വസ്തുക്കൾ ഒഴിച്ചാൽ പ്രകൃതി വിഭവങ്ങളാലും ധാതുസമ്പത്തുകൊണ്ടും സമ്പന്നമായ രാജ്യമായിരുന്നു ഇന്ത്യ. വിഭവങ്ങളുടെ കുറവല്ല, മറിച്ച് വിഭവങ്ങൾ ശരിയായ രീതിയിൽ ഉപയോഗിച്ചില്ല എന്നതാണ് സത്യം. ഇന്ത്യൻ റെയിൽവേയുടെ ആവശ്യത്തിനുപോലും നമ്മുടെ ഇരുമ്പ് ഉപയോഗിച്ചിരുന്നില്ല. ജലവിഭവത്തിന്റെ 1.5 ശതമാനവും ഇരുമ്പ് നിക്ഷേപത്തിന്റെ 0.5 ശതമാനവും മാത്രമാണ് ഇക്കാലത്ത് പ്രയോജനപ്പെടുത്തിയത്.

ദാദാബായ് നവറോജിയുടെ അഭിപ്രായത്തിൽ ഇന്ത്യയുടെ സാമ്പത്തിക തകർച്ചക്ക് പ്രധാന കാരണം ബ്രിട്ടീഷുകാരുടെ നയങ്ങളായിരുന്നു. അവർ തുടങ്ങിയ കേന്ദ്രീകൃത ഭരണസംവിധാനവും റവന്യൂ പരിഷ്കാരങ്ങളും സ്വതന്ത്ര വ്യാപാരവും നികുതികളും വാണിജ്യ തീരുവകളും ഇന്ത്യയിൽ സാമ്പത്തിക മാന്ദ്യം സൃഷ്ടിച്ചു. ബ്രിട്ടന്റെ സാമ്പത്തിക നേട്ടങ്ങൾക്കുവേണ്ടി ഇന്ത്യൻ വിഭവങ്ങളെയും കമ്പോളത്തെയും ഉപയോഗിക്കുക എന്നതിലുപരി അവർക്ക് മറ്റു താൽപ്പര്യങ്ങൾ ഒന്നുമില്ലായിരു

ന്നു. ബ്രിട്ടീഷ് ഭരണകാലത്ത് ഗതാഗത സൗകര്യങ്ങൾ വികസിച്ചു എന്നത് ശരിയാണ്. പക്ഷേ, റെയിൽവേയുടെയും തുറമുഖങ്ങളുടെയും കപ്പൽ ഗതാഗതത്തിന്റെയും വികസനത്തിന് പിന്നിൽ ബ്രിട്ടന്റെ വാണിജ്യാവശ്യങ്ങളായിരുന്നു.

1947 ൽ സ്വാതന്ത്ര്യം കിട്ടുമ്പോൾ നാം നേരിട്ടിരുന്ന രണ്ട് പ്രധാന പ്രശ്നങ്ങൾ രണ്ടാം ലോകമഹായുദ്ധം വരുത്തിവച്ച സാമ്പത്തിക തകർച്ചയും അവിഭക്ത ഇന്ത്യയെ പാക്കിസ്ഥാൻ, ഇന്ത്യ എന്ന രണ്ട് രാജ്യങ്ങളായി വിഭജിച്ചതുവഴി ഉണ്ടായ സാമൂഹ്യ സാമ്പത്തിക പ്രശ്നങ്ങളുമാണ്. വിഭജനത്തിനുശേഷം ഭൂമിയുടെ 77 ശതമാനവും ജനസംഖ്യയുടെ 82 ശതമാനവും ഇന്ത്യക്ക് കിട്ടി. ഇതിനുശേഷം നമ്മുടെ വാർഷിക ഭക്ഷ്യധാന്യ ഉൽപ്പാദനത്തിൽ രണ്ടര മുതൽ മൂന്നുവരെ ദശലക്ഷം ടൺ കുറവുണ്ടായി. ആകെ ഉണ്ടായിരുന്ന 394 കോട്ടൺ മില്ലുകളിൽ 384 ഉം എല്ലാ ചണമില്ലുകളും (112 എണ്ണം) നമുക്ക് ലഭിച്ചു. പക്ഷേ, പരുത്തിയും ചണവും ഉൽപ്പാദിപ്പിക്കുന്ന പ്രദേശങ്ങൾ പാകിസ്ഥാനിലേക്ക് മാറ്റപ്പെട്ടു. അസംസ്കൃത സാധനങ്ങളുടെ കുറവ് തുണിവ്യവസായത്തെയും ചണവ്യവസായത്തെയും പ്രതികൂലമായി ബാധിച്ചു.

ഇന്ത്യാവിഭജനം ഉണ്ടാക്കിയ മറ്റൊരു ബാധ്യത പാകിസ്ഥാനിൽനിന്നും ഇന്ത്യയിലേക്ക് ഉണ്ടായ അഭയാർത്ഥി പ്രവാഹമാണ്. വിഭജനത്തെ തുടർന്നുള്ള വർഷങ്ങളിൽ പശ്ചിമ പാകിസ്ഥാനിൽനിന്ന് ഉദ്ദേശം 49 ലക്ഷവും കിഴക്കൻ പാകിസ്ഥാനിൽനിന്ന് (ഇന്നത്തെ ബംഗ്ലാദേശ്) 29 ലക്ഷവും അഭയാർത്ഥികൾ ഇന്ത്യയിലെത്തി. ഇവരുടെ പുനരധിവാസത്തിനും ക്ഷേമപ്രവർത്തനങ്ങൾക്കും വേണ്ടി 619 ദശലക്ഷം രൂപ ഇന്ത്യക്ക് ചെലവായതായി കണക്കാക്കുന്നു. കടുത്ത സാമ്പത്തിക മാന്ദ്യവും ദാരിദ്ര്യവും അനുഭവിക്കുന്ന ഒരു രാഷ്ട്രത്തെ സംബന്ധിച്ചിടത്തോളം സ്വാതന്ത്ര്യവുമായി ബന്ധപ്പെട്ടുണ്ടായ ഈ പ്രശ്നങ്ങൾ സമ്പദ്ഘടനയിൽ കൂടുതൽ വൈഷമ്യങ്ങൾ സൃഷ്ടിക്കുമെന്ന് പറയേണ്ടതില്ലല്ലോ.

സാമ്പത്തികാസൂത്രണം

ഇന്ത്യൻ സമ്പദ്ഘടനയെ പുനരുജ്ജീവിപ്പിക്കുന്നതിലും സാമ്പത്തിക വികസനം നേടുന്നതിലും നേട്ടങ്ങൾ നിലനിർത്തുന്നതിലും സാമ്പത്തികാസൂത്രണം നിർണ്ണായകമായ പങ്ക് വഹിച്ചിട്ടുണ്ട്. സാമ്പത്തികാസൂത്രണം എന്ന ആശയം സ്വാതന്ത്ര്യത്തിനു ശേഷം ഉരുത്തിരിഞ്ഞ ഒന്നല്ല. ബ്രിട്ടീഷ് ഭരണകാലത്തുതന്നെ ആസൂത്രിത വികസനത്തിന്റെ ആവശ്യകത നാം മനസ്സിലാക്കിയിരുന്നു. സാമ്പത്തികാസൂത്രണത്തിനായുള്ള ചില ഒറ്റപ്പെട്ട ശ്രമങ്ങളും ഇക്കാലത്ത് നടന്നിട്ടുണ്ട്.

എം വിശ്വേശരയ്യ 1934 ൽ പ്രസിദ്ധീകരിച്ച തന്റെ പുസ്തകത്തിലാണ് (*Planned Economy for India*) സാമ്പത്തികാസൂത്രണത്തിന്റെ ആവശ്യകത ആദ്യമായി വ്യക്തമാക്കുന്നത്. ഇതേ തുടർന്ന് സാമ്പത്തി

എം വിശ്വേശ്വരയ്യർ

കാസൂത്രണത്തെക്കുറിച്ചുള്ള പല പുസ്തകങ്ങളും പ്രസിദ്ധീകരിക്കപ്പെട്ടു. ലോകനാഥന്റെ *ആസൂത്രണത്തിന്റെ തത്ത്വങ്ങൾ (Principles of Planning)*, സുബ്ബറാവുവിന്റെ *ആസൂത്രണത്തിന്റെ ചില വശങ്ങൾ (Some Aspects of Planning)*, കെ എൻ സെൻ രചിച്ച *സാമ്പത്തിക പുനർനിർമ്മാണം (Economic Reconstruction)* എന്നീ ഗ്രന്ഥങ്ങൾ വളരെ ശ്രദ്ധേയമാണ്.

മേൽപ്പറഞ്ഞ ഗവേഷണഗ്രന്ഥങ്ങളിൽനിന്നും ആസൂത്രണത്തിന്റെ പ്രാധാന്യം ഉൾക്കൊണ്ടുകൊണ്ട് 1934 ൽ ദേശീയ പ്ലാനിംഗ് കമ്മിറ്റി രൂപീകരിച്ചു. ഇന്ത്യൻ നാഷണൽ കോൺഗ്രസ് രൂപീകരിച്ച ഈ കമ്മിറ്റിയുടെ അധ്യക്ഷൻ ജവഹർലാൽ നെഹ്റു ആയിരുന്നു. നിർഭാഗ്യവശാൽ രണ്ടാം ലോകമഹായുദ്ധവും മറ്റ് രാഷ്ട്രീയ പ്രശ്നങ്ങളും കാരണം കമ്മിറ്റിയുടെ പ്രവർത്തനങ്ങൾ തടസ്സപ്പെട്ടു. 1942 മുതൽ 1946 വരെ ഈ കമ്മിറ്റിയെ സസ്പെന്റ് ചെയ്തിരുന്നു. കമ്മിറ്റി 1949 ൽ അതിന്റെ റിപ്പോർട്ട് സമർപ്പിച്ചു. ഇന്ത്യ ഒരു മിശ്രിത സമ്പദ്ഘടനയായി തുടരണമെന്നും നമുക്ക് സ്ഥിരമായി പ്ലാനിംഗ് കമ്മീഷൻ ആവശ്യമാണെന്നും ഈ റിപ്പോർട്ടിൽ ആവശ്യപ്പെട്ടിരുന്നു.

ഇന്ത്യയുടെ സാമ്പത്തികാസൂത്രണ പ്രവർത്തനങ്ങളിൽ സ്വകാര്യവ്യക്തികളും ചില ഒറ്റപ്പെട്ട സംഭാവനകൾ നൽകി. 'ബോംബെ പ്ലാൻ' (Bombay Plan) ഇതിന് ഒരു ഉദാഹരണമാണ്. ബോംബെയിലെ ചില വ്യവസായപ്രമുഖർ ചേർന്ന് 1944 ൽ രൂപംകൊടുത്ത പദ്ധതിയാണിത്. വ്യാവസായിക വികസനത്തിന് ഊന്നൽ നൽകുന്ന ഈ

നെഹ്റു

പദ്ധതി, *ടാറ്റ-ബിർല പ്ലാൻ* (*Tata-Birla Plan*) എന്ന പേരിൽ അറിയപ്പെടുന്നു. ഈ പദ്ധതിയുടെ കാലദൈർഘ്യം 15 വർഷവും ചെലവ് 10,000 കോടിരൂപയും ആയി കണക്കാക്കിയിരുന്നു. പദ്ധതി പ്രധാനമായും ലക്ഷ്യമാക്കിയത് ദേശീയ വരുമാനം മൂന്നിരട്ടിയും പ്രതിശീർഷ വരുമാനം രണ്ടിരട്ടിയും കാർഷിക ഉൽപ്പാദനം 130 ശതമാനവും വ്യാവസായിക ഉൽപ്പാദനം 500 ശതമാനവും സേവനമേഖലയിലെ ഉൽപ്പാദനം 200 ശതമാനവും വർദ്ധിപ്പിക്കുന്നതിനായിരുന്നു.

ബോംബെ പ്ലാനിന് ബദൽ എന്ന രീതിയിൽ ഫെഡറേഷൻ ഓഫ് ലേബറിനുവേണ്ടി എം എൻ റോയി തയ്യാറാക്കിയ പദ്ധതിയാണ് *പീപ്പിൾസ് പ്ലാൻ* (*People's Plan*). പദ്ധതിയുടെ കാലദൈർഘ്യം 10 വർഷവും ചെലവ് 15,000 കോടി രൂപയും ആയിരുന്നു. കാർഷിക മേഖലയുടെ വികസനത്തിനും ഉപഭോക്തൃസാധനങ്ങളുടെ ഉൽപ്പാദനത്തിനും ഈ പദ്ധതി പ്രാധാന്യം നൽകി. സോഷ്യലിസ്റ്റ് കാഴ്ചപ്പാടോടെ തയ്യാറാക്കിയ ഈ പദ്ധതിയിൽ ഭൂമിയുടെ ദേശസാൽക്കരണത്തിനും തൊഴിൽ ക്ഷേമത്തിനും ഊന്നൽ നൽകിയിരുന്നു.

പ്രമുഖ ഗാന്ധിയൻ ചിന്തകനായ എസ് എൻ അഗർവാൾ തയ്യാറാക്കിയ പദ്ധതിയാണ് *ഗാന്ധിയൻ പദ്ധതി* (*Gandhian Plan*). നേരത്തെ സൂചിപ്പിച്ച രണ്ട് പദ്ധതികളെക്കാളും ചെലവ് ഇതിന് വളരെ കുറവായിരുന്നു (3,500 കോടിരൂപ). വികേന്ദ്രിത സാമ്പത്തികാസൂത്രണം, ചെറുകിട-കുടിൽ വ്യവസായങ്ങളുടെ വളർച്ച, കാർഷിക മേഖലയിൽ സ്വയംപര്യാപ്തത തുടങ്ങിയവയായിരുന്നു ഈ പദ്ധതിയുടെ മുഖ്യലക്ഷ്യങ്ങൾ. അടിസ്ഥാന വ്യവസായങ്ങളുടെ വളർച്ചയ്ക്ക് ഈ പദ്ധതി ഒട്ടുംതന്നെ പ്രാധാന്യം നൽകിയിരുന്നില്ല. മേൽവിവരിച്ച പദ്ധതികൾ ഒന്നുംതന്നെ പ്രവൃത്തിതലത്തിൽ പരീക്ഷിച്ചില്ലെങ്കിലും ആസൂത്രണ പ്രവർത്തനങ്ങളിലെ ആദ്യകാല സംരംഭങ്ങൾ എന്ന നിലയ്ക്ക് ഇവയെല്ലാം പ്രാധാന്യം അർഹിക്കുന്നു.

സർക്കാരിന്റെ മേൽനോട്ടത്തിൽ ആസൂത്രണരംഗത്ത് തുടങ്ങിയ സംരംഭമാണ് 1944 ൽ ബ്രിട്ടീഷ് സർക്കാർ സർ ദലാലിന്റെ നേതൃത്വത്തിൽ ആരംഭിച്ചത്. രണ്ടാം ലോകമഹായുദ്ധത്തെ തുടർന്ന് ഇന്ത്യൻ സമ്പദ്ഘടനയ്ക്ക് പറ്റിയ ആഘാതങ്ങളിൽനിന്നും അതിനെ രക്ഷിക്കുക എന്നതായിരുന്നു ഈ പദ്ധതിയുടെ ലക്ഷ്യം. ഹ്രസ്വകാലാടിസ്ഥാനത്തിലും ദീർഘകാലാടിസ്ഥാനത്തിലും നടപ്പാക്കേണ്ട വിവിധ പരിപാടികൾക്ക് ഈ പദ്ധതിയിൽ സ്ഥാനം നൽകി. ഇതേതുടർന്ന് പ്ലാനിംഗ് ഉപദേശക ബോർഡിന് 1946 ൽ ഇടക്കാലസർക്കാർ രൂപംനൽകി. ഇന്ത്യൻ സാമ്പത്തിക വികസനവുമായി ബന്ധപ്പെട്ട കാര്യങ്ങൾ അപഗ്രഥിച്ച് പരിഹാരം നിർദ്ദേശിക്കുകയായിരുന്നു ബോർഡിന്റെ ഉദ്ദേശ്യം. മേൽപ്പറഞ്ഞ രണ്ട് സംരംഭങ്ങളും ശ്രദ്ധേയമായ ഫലങ്ങൾ ഒന്നും ഉണ്ടാക്കിയില്ല.

സ്വാതന്ത്ര്യാനന്തര ഭാരതത്തിൽ 1950 ൽ പ്ലാനിംഗ് കമ്മീഷൻ രൂപീകരിച്ചു. പ്രധാനമന്ത്രി ചെയർമാനായുള്ള ഈ കമ്മീഷൻ ആറുവർഷ

ക്കാലത്തേക്കുള്ള പദ്ധതിക്ക് രൂപംനൽകി. പിന്നീട് ആറു വർഷത്തേക്കുള്ള പദ്ധതിക്ക് പകരം, സോവിയറ്റ് യൂണിയനിലേതുപോലെ പഞ്ചവത്സര പദ്ധതിയുടെ (1951–1956) കരട് രേഖ 1951 ജൂലൈ മാസത്തിലും അതിന്റെ അന്തിമരേഖ 1952 ഡിസംബർ മാസത്തിലും പാർലമെന്റ് അംഗീകരിച്ചു. മേൽ വിവരിച്ച നടപടികൾ എല്ലാംതന്നെ ഇന്ത്യയുടെ ആസൂത്രിത സാമ്പത്തിക വികസന ചരിത്രത്തിലെ പ്രധാന സംഭവങ്ങളാണ്.

ഒന്നാം പഞ്ചവത്സര പദ്ധതി (1951–1956)

സാമ്പത്തികാസൂത്രണത്തിന്റെ തുടക്കം എന്ന നിലയ്ക്ക് നിരവധി പരിമിതികൾ ഈ പദ്ധതിക്ക് ഉണ്ടായിരുന്നു. ദീർഘകാലാടിസ്ഥാനത്തിലുള്ള സാമ്പത്തിക സ്ഥിതിവിവരക്കണക്കുകളുടെ അപര്യാപ്തത കാരണം സമ്പദ്ഘടനയുടെ ശരിയായ അവസ്ഥയെക്കുറിച്ച് വിലയിരുത്താനും അതിന്റെ അടിസ്ഥാനത്തിൽ പദ്ധതിക്ക് രൂപംനൽകാനും കഴിഞ്ഞില്ല. രണ്ടാം ലോകമഹായുദ്ധവും ഇന്ത്യയുടെ വിഭജനവും സമ്പദ്ഘടനയ്ക്ക് ഏൽപ്പിച്ച ആഘാതങ്ങൾ ലഘൂകരിക്കുകയായിരുന്നു പദ്ധതിയുടെ മുഖ്യലക്ഷ്യം. ഇന്ത്യയിലെ വിവിധ വികസന പരിപാടികളെ സംയോജിപ്പിക്കുവാനും ഇതിൽ ലക്ഷ്യമിട്ടിരുന്നു.

ആസൂത്രണ ചെലവിന്റെ 90 ശതമാനവും ആഭ്യന്തര വിഭവങ്ങളിലൂടെ നിർവ്വഹിക്കാനാണ് ലക്ഷ്യമിട്ടത്. കൃഷിയുടെയും ജലസേചനസൗകര്യങ്ങളുടെയും വികസനത്തിനാണ് കൂടുതൽ പ്രാധാന്യം നൽകിയത്. വളരെ ചെറിയ ലക്ഷ്യങ്ങൾ മുമ്പിൽ കണ്ടുകൊണ്ടാരംഭിച്ച പദ്ധതി അതിന്റെ ലക്ഷ്യങ്ങൾ മിക്കതും നേടിയെടുത്തു. പദ്ധതിയുടെ അവസാന വർഷങ്ങളിലെ മെച്ചപ്പെട്ട കാർഷിക വിളവെടുപ്പ് പദ്ധതിയുടെ വിജയത്തിന് സഹായിച്ചു. തൊഴിലില്ലായ്മ ഇന്ത്യയിലെ ഒരു മുഖ്യപ്രശ്നമായിരുന്നെങ്കിലും ഇത് ലഘൂകരിക്കാനുള്ള കർമ്മപരിപാടികൾ ഒന്നുംതന്നെ പദ്ധതിയിൽ ഇല്ലായിരുന്നു എന്നതാണ് ഇതിന്റെ പ്രധാന ന്യൂനതകളിലൊന്ന്.

രണ്ടാം പഞ്ചവത്സര പദ്ധതി (1956–1961)

ഒന്നാം പദ്ധതിയെക്കാൾ കൂടുതൽ മുതൽമുടക്കുള്ളതും സമഗ്രവികസനം ലക്ഷ്യമാക്കിക്കൊണ്ടുള്ളതുമായിരുന്നു രണ്ടാം പദ്ധതി. അടിസ്ഥാന വ്യവസായങ്ങളുടെയും വൻകിട വ്യവസായങ്ങളുടെയും വളർച്ചയ്ക്ക് പദ്ധതി ഊന്നൽ നൽകി. 1956 ൽ സർക്കാർ പുറത്തിറക്കിയ പുതിയ വ്യവസായനയം പൊതുമേഖലാ വ്യവസായങ്ങളെ പോഷിപ്പിക്കുന്നതായിരുന്നു. സോഷ്യലിസ്റ്റ് മാതൃകയിലുള്ള സമ്പദ്ഘടന രൂപീകരിക്കുക എന്നതായിരുന്നു പദ്ധതിയുടെ പൊതുവായ ലക്ഷ്യം. ഈ ലക്ഷ്യത്തെ ബലപ്പെടുത്തുന്നതിന് ഉതകുന്ന നടപടികൾക്ക് വ്യവസായനയത്തിലും ഊന്നൽ നൽകിയിരുന്നു. ചില പ്രദേശങ്ങളിൽ മാത്രം വ്യവസായങ്ങൾ കേന്ദ്രീകരിക്കുന്ന രീതി മാറ്റി വ്യവസായരംഗത്ത് വികേന്ദ്രീ

കരണം നടപ്പാക്കുക, സ്വകാര്യ വ്യവസായങ്ങളുടെ മേൽ കൂടുതൽ നിയന്ത്രണങ്ങൾ ഏർപ്പെടുത്തുക, ചെറുകിട-കുടിൽവ്യവസായങ്ങളെ പ്രോത്സാഹിപ്പിക്കുക എന്നീ നടപടികൾക്ക് വ്യവസായനയത്തിൽ പ്രാധാന്യം കൊടുത്തിരുന്നു.

ഈ വ്യവസായ നയമനുസരിച്ച് ഇന്ത്യൻ വ്യവസായങ്ങളെ മൂന്നു വിഭാഗങ്ങളായി തിരിച്ചു. ഒന്നാംപട്ടികയിൽ ഉൾപ്പെടുത്തിയിട്ടുള്ള വ്യവസായങ്ങൾ പൂർണ്ണമായും സർക്കാർ നിയന്ത്രണത്തിലായിരിക്കും. രാജ്യരക്ഷയ്ക്ക് അത്യാവശ്യമായതും സ്വകാര്യപങ്കാളിത്തം ഒട്ടും അനുവദനീയമല്ലാത്തതുമായ വ്യവസായങ്ങളാണ് ഒന്നാംപട്ടികയിൽ ഉൾപ്പെടുത്തിയിട്ടുള്ളത്. ചില വൻകിടവ്യവസായങ്ങളും ഈ പട്ടികയിൽ ഉൾപ്പെടും. രണ്ടാംപട്ടികയിൽ പെടുന്ന വ്യവസായങ്ങളും വൻകിട വ്യവസായങ്ങളാണ്. ഈ വ്യവസായങ്ങൾ സർക്കാർ നിയന്ത്രണത്തിലാണെങ്കിലും സ്വകാര്യപങ്കാളിത്തവും അനുവദനീയമാണ്. മൂന്നാം പട്ടികയിൽ ഉൾപ്പെടുത്തിയിരിക്കുന്ന വ്യവസായങ്ങൾ പൂർണമായും സ്വകാര്യ മേഖലയിൽ ആയിരിക്കും. ഉപഭോക്തൃസാധനങ്ങൾ ഉൽപ്പാദിപ്പിക്കുന്ന വ്യവസായങ്ങൾ മൂന്നാംപട്ടികയിലാണ് ഉൾപ്പെടുത്തിയിരിക്കുന്നത്.

വ്യവസായവൽക്കരണത്തിന് കൂടുതൽ മൂലധനം ആവശ്യമായതിനാൽ വിദേശ മൂലധനനിക്ഷേപത്തിന് ഈ പദ്ധതി കൂടുതൽ പ്രാധാന്യം കൊടുത്തു. പദ്ധതി പ്രവർത്തനങ്ങളിൽ കാർഷികമേഖലയ്ക്ക് അർഹമായ സ്ഥാനം നൽകിയിരുന്നില്ല. ഇക്കാരണത്താൽ കാർഷികമേഖലയുടെ വളർച്ച ഒന്നാംപദ്ധതിയെ അപേക്ഷിച്ച് വളരെ കുറവായിരുന്നു. ശാസ്ത്രീയമായ രീതിയിൽ നികുതി പിരിക്കുന്നതിനും നികുതി ഇനത്തിൽ കിട്ടുന്ന പണംകൊണ്ട് പൊതുചെലവ് നടത്താനും പദ്ധതി വിഭാവനം ചെയ്തു. എന്നാൽ നികുതിപിരിവിൽ വേണ്ടത്ര വർദ്ധനവ് ഉണ്ടാക്കാൻ കഴിഞ്ഞില്ല. പ്രതീക്ഷിച്ചതുപോലെ വരുമാനം കിട്ടാത്തതിനാൽ, കമ്മി ധനകാര്യമാർഗ്ഗങ്ങൾ (Deficit financing) അവലംബിക്കാൻ സർക്കാർ നിർബന്ധിതമായി. ഇത്തരം നടപടികൾ പണപ്പെരുപ്പത്തിനും വിലക്കയറ്റത്തിനും ഇടയാക്കി. ഇക്കാലത്ത് ഇന്ത്യയുടെ വിദേശവ്യാപാരമിച്ചം (Balance of Payment) വളരെ മോശമായിരുന്നു. പല പോരായ്മകളും ഈ പദ്ധതിക്ക് ഉണ്ടായിരുന്നെങ്കിലും വ്യവസായവൽക്കരണത്തിന് തുടക്കം കുറിക്കാനും വൻകിട വ്യവസായങ്ങൾ ആരംഭിക്കാനും സാധിച്ചു എന്നത് പദ്ധതിയുടെ നേട്ടമാണ്.

മൂന്നാം പഞ്ചവത്സരപദ്ധതി (1961–1966)

പത്തുവർഷത്തെ സാമ്പത്തികാസൂത്രണത്തിനുശേഷം തുടങ്ങിയ മൂന്നാം പദ്ധതി, സുസ്ഥിരമായ സാമ്പത്തികവളർച്ച ലക്ഷ്യമാക്കിയാണ് തുടങ്ങിയത്. ഈ പദ്ധതിയുടെ പ്രധാന ലക്ഷ്യങ്ങൾ താഴെ പറയുന്നവയാണ്.

1. ദേശീയവരുമാനത്തിൽ പ്രതിവർഷം അഞ്ച് ശതമാനംവീതം വളർച്ച നേടുക.

2. നിക്ഷേപത്തിൽ (investment) വേണ്ടത്ര വളർച്ച ഉണ്ടാക്കുന്നതിലൂടെ ഈ പദ്ധതി പൂർത്തിയായിക്കഴിഞ്ഞും ദേശീയ വരുമാനത്തിലെ പ്രതിവർഷ വളർച്ചാനിരക്ക് അഞ്ചുശതമാനമെങ്കിലും ആയി നിലനിർത്തുക.
3. ഭക്ഷ്യധാന്യ ഉൽപ്പാദനത്തിലും വ്യാവസായികാവശ്യങ്ങൾക്കുള്ള അസംസ്കൃതസാധനങ്ങളുടെ ഉൽപ്പാദനത്തിലും സ്വയംപര്യാപ്തത നേടുക.
4. ഇന്ധനം, എണ്ണ, ഊർജ്ജം, ഇരുമ്പുരുക്ക് എന്നിവയുടെ ഉൽപ്പാദനം വർദ്ധിപ്പിക്കുക. ഈ മേഖലകളിലെ വ്യവസായങ്ങൾ വികസിപ്പിക്കുക.
5. മാനവശേഷിയുടെ വികസനം ഉറപ്പാക്കുക. അതോടൊപ്പം കൂടുതൽ തൊഴിലവസരങ്ങൾ സൃഷ്ടിക്കുക.
6. സാമ്പത്തിക അധികാരം വികേന്ദ്രീകരിക്കുന്നതിലൂടെ കുത്തക വ്യവസായികളെ നിരുത്സാഹപ്പെടുത്തുകയും സമത്വവും സാമ്പത്തികഭദ്രതയും ഉറപ്പാക്കുകയും ചെയ്യുക.
7. പദ്ധതിയുടെ തുടക്കത്തിൽ 14,500 കോടി രൂപയായിരുന്ന ദേശീയവരുമാനം 1966 ൽ 19,000 കോടി രൂപയായി (30%) വർദ്ധിപ്പിക്കുക. ഇതേ കാലഘട്ടത്തിൽ പ്രതിശീർഷവരുമാനം 330 രൂപയിൽനിന്നും 385 രൂപയായി വർദ്ധിപ്പിക്കുക.

വിപുലമായ ലക്ഷ്യങ്ങളോടെ ആരംഭിച്ച ഈ പദ്ധതി, 1962 ൽ ചൈനയുമായും 1964 ൽ പാക്കിസ്ഥാനുമായും ഇന്ത്യക്ക് നടത്തേണ്ടിവന്ന യുദ്ധങ്ങൾ കാരണം ലക്ഷ്യങ്ങൾ നേടുന്നതിൽ പരാജയപ്പെട്ടു. പദ്ധതിപ്രവർത്തനങ്ങൾക്കായി വകകൊള്ളിച്ചിരുന്ന പണം യുദ്ധാവശ്യങ്ങൾക്കായി വിനിയോഗിക്കേണ്ടിവന്നതിനാൽ അവശ്യസാധനങ്ങളുടെ ഉൽപ്പാദനം കുറഞ്ഞു. ഇതോടൊപ്പം പണപ്പെരുപ്പവും വിലക്കയറ്റവും ഉണ്ടായി. പ്രതിവർഷം അഞ്ച് ശതമാനം വളർച്ച വിഭാവനം ചെയ്ത ഈ പദ്ധതിക്കാലത്തെ വളർച്ചാനിരക്ക് വെറും 2.5 ശതമാനമായിരുന്നു. പദ്ധതിയുടെ ആദ്യത്തെ മൂന്ന് വർഷങ്ങളിൽ കാർഷിക ഉൽപ്പാദനം വർദ്ധിപ്പിക്കാൻ കഴിഞ്ഞില്ല. അവസാനത്തെ രണ്ട് വർഷങ്ങളിലാകട്ടെ കടുത്ത വരൾച്ച കാരണം കാർഷികമേഖലയിലെ ഉൽപ്പാദനം കുറയുകയും ചെയ്തു. ഇത് ഭക്ഷ്യധാന്യങ്ങളുടെ ഇറക്കുമതിക്ക് ഇടയാക്കി. അമേരിക്ക ഉൾപ്പെടെയുള്ള പല രാജ്യങ്ങളുടെയും സഹായവും നാം സ്വീകരിക്കേണ്ടിവന്നു.

ഇറക്കുമതിയിലെ വർദ്ധനവും കയറ്റുമതിയിലെ ഗണ്യമായ കുറവും വിദേശവ്യാപാരത്തിന്റെ സന്തുലിതാവസ്ഥ ഇല്ലാതാക്കി. വിദേശനാണ്യത്തിന്റെ കുറവുകാരണം സാധനങ്ങൾ ഇറക്കുമതിചെയ്യാൻ പലപ്പോഴും സാധിച്ചില്ല. ഈ പ്രവണതകൾ നമ്മെ വിദേശസഹായം സ്വീകരിക്കാൻ നിർബന്ധിതരാക്കി. അന്തർദേശീയ വ്യാപാരത്തിലുണ്ടായ തകർച്ച ഐ എം എഫിൽനിന്ന് കൂടുതൽ പണം കടമെടുക്കാൻ ഇന്ത്യയെ പ്രേരി

പ്പിച്ചു. 1966 ൽ രൂപയുടെ മൂല്യം കുറയ്ക്കുവാൻ നാം നിർബന്ധിതരായി. പദ്ധതിക്കാലത്തെ മറ്റൊരു പ്രശ്നം വർദ്ധിച്ചുകൊണ്ടിരുന്ന തൊഴിലില്ലായ്മയാണ്.

വാർഷികപദ്ധതികൾ (1966–1969)

മൂന്നാം പഞ്ചവത്സരപദ്ധതിയുടെ പരാജയം കാരണം അതിന്റെ തുടർച്ചയായി നാലാം പദ്ധതി നടപ്പാക്കാൻ നമുക്ക് കഴിഞ്ഞില്ല. ഇതിന് പകരം അടുത്ത മൂന്നുവർഷത്തേക്ക് മൂന്ന് വാർഷികപദ്ധതികൾ നടപ്പാക്കി. ഈ വാർഷികപദ്ധതികൾ നാലാംപദ്ധതിയുടെ കരട് രേഖയ്ക്ക് അനുസൃതമായാണ് ആവിഷ്കരിച്ചത്. മൂന്നാം പദ്ധതിക്കാലത്തെ സാമ്പത്തിക തകർച്ചയുടെ ആവർത്തനമായിരുന്നു വാർഷിക പദ്ധതിക്കാലത്തും. 1966, 1967 വർഷങ്ങളിൽ ഭക്ഷ്യധാന്യ ഉൽപ്പാദനത്തിൽ ഉണ്ടായ കുറവും വിലക്കയറ്റവും കാരണം പദ്ധതികൾ നടപ്പാക്കാനാവശ്യമുള്ള വിഭവസമാഹരണം ശരിയായ രീതിയിൽ നടന്നില്ല. ഇക്കാലത്ത് നികുതിഇനത്തിലുള്ള വരുമാനം പ്രതീക്ഷിച്ചതിലും കുറവായിരുന്നു. പക്ഷേ, പദ്ധതി ഇതര ചെലവുകൾ (Non Plan Expenditure) പ്രതീക്ഷിച്ചതിനേക്കാൾ വളരെ കൂടുതലായിരുന്നു. മൂന്നാം പദ്ധതിയിലെന്നപോലെ കമ്മിധനകാര്യമാർഗ്ഗങ്ങൾ (Deficit financing) അവലംബിക്കേണ്ടതായി വന്നു. വാർഷിക പദ്ധതിക്കാലത്ത് ഇത് 676 കോടി രൂപയോളം ആയി.

മൂന്നാം പഞ്ചവത്സരപദ്ധതിക്കാലത്തുണ്ടായ സാമ്പത്തിക പ്രതിസന്ധി പരിഹരിക്കാൻ വാർഷിക പദ്ധതിക്കാലത്തും കഴിഞ്ഞില്ലെങ്കിലും 1969 ൽ നാലാം പഞ്ചവത്സരപദ്ധതി ആരംഭിച്ചു. സാമ്പത്തിക വളർച്ചാനിരക്ക് വർദ്ധിപ്പിക്കുക, കാർഷിക മേഖലയെ ശക്തിപ്പെടുത്തുക, ജീവിതനിലവാരം മെച്ചപ്പെടുത്തുക, സാമൂഹ്യസുരക്ഷയും സമത്വവും കൈവരിക്കുക തുടങ്ങിയവ ഈ പദ്ധതിയുടെ പ്രഖ്യാപിത ലക്ഷ്യങ്ങളായിരുന്നു.

വികസനത്തിന്റെ നാഴികക്കല്ലുകൾ

ഇന്ത്യയിൽ നടപ്പാക്കിയ ആസൂത്രിത വികസനത്തിൽ ഘടനാപരമായ മാറ്റങ്ങൾക്കും ഭൂമിയുടെയും മൂലധനത്തിന്റെയും വിതരണത്തിനും ഊന്നൽ നൽകിയത് ആദ്യത്തെ രണ്ട് ദശകങ്ങളിലായിരുന്നു. സാമൂഹ്യസുരക്ഷയും നീതിയും സമത്വവുമാണ് ഇത്തരം നയങ്ങളുടെ ലക്ഷ്യം. ഇക്കാലത്ത് നടപ്പാക്കിയ ശ്രദ്ധേയമായ മൂന്ന് പരിഷ്കാരങ്ങളാണ് ഭൂപരിഷ്കരണം, ഹരിതവിപ്ലവം, ബാങ്ക് ദേശസാൽക്കരണം എന്നിവ.

ഭൂപരിഷ്കരണം

ഭൂപരിഷ്കരണത്തിന്റെ അടിസ്ഥാനലക്ഷ്യം 'കൃഷിഭൂമി കർഷകന്' എന്ന തത്ത്വം നടപ്പാക്കുകയെന്നതായിരുന്നു. കൃഷിയെമാത്രം ആശ്രയിച്ച് ജീവിക്കുന്ന ഇന്ത്യൻ കർഷകരിൽ നല്ലൊരു വിഭാഗം സ്വന്തമായി

കൃഷിഭൂമി ഇല്ലാത്ത കുടിയാന്മാർ ആയിരുന്നു. ഭൂഉടമ സമ്പ്രദായം അവസാനിപ്പിക്കുക, ഒരു വ്യക്തിക്ക് കൈവശം വയ്ക്കാവുന്ന കൃഷിഭൂമിയുടെ അളവ് നിജപ്പെടുത്തുക. മിച്ചഭൂമി ഭൂരഹിതരായ കർഷകർക്ക് വിതരണം ചെയ്യുക, ചെറിയ ചെറിയ തുണ്ടുഭൂമികളെ സംയോജിപ്പിച്ച് ശാസ്ത്രീയമായ രീതിയിൽ കൃഷി നടത്തുക എന്നിവയായിരുന്നു ഭൂപരിഷ്കരണത്തിന്റെ മുഖ്യലക്ഷ്യങ്ങൾ.

ബ്രിട്ടീഷ് ഭരണകാലത്ത് നടപ്പാക്കിയ സെമീന്ദാരി സമ്പ്രദായം, കർഷകനെ പലവിധത്തിലുള്ള ചൂഷണങ്ങൾക്ക് വിധേയനാക്കിയിരുന്നു. കർഷകരിൽനിന്ന് നികുതി ഈടാക്കി സർക്കാരിലേക്ക് ഏൽപ്പിക്കാൻ നിയോഗിക്കപ്പെട്ട സെമീന്ദാർമാർ ഉയർന്ന നികുതിയും പിഴയും ഈടാക്കുന്നത് വഴി കർഷകരെ നിത്യ ദാരിദ്ര്യത്തിലാക്കിയിരുന്നു. സെമീന്ദാർമാരുടെ തീരുമാനങ്ങൾക്ക് വഴങ്ങാത്തവരും നികുതി നൽകാൻ നിവൃത്തി ഇല്ലാത്തവരുമായ കർഷകരെ കൃഷിഭൂമിയിൽനിന്നും ഒഴിപ്പിക്കാൻ ഇവർക്ക് അധികാരം ഉണ്ടായിരുന്നു. നിയമവിരുദ്ധമായ ഇവരുടെ നടപടികളെ ചോദ്യം ചെയ്യാൻ ഭൂരഹിതനായ കർഷകന് അവസരങ്ങൾ നിഷേധിച്ചിരുന്നു. ഭൂപരിഷ്കരണം മധ്യവർത്തികളെ ഒഴിവാക്കാനും കർഷകന് അവൻ തൊഴിലെടുക്കുന്ന ഭൂമിയിൽ തൊഴിൽ ചെയ്യാനുള്ള അവകാശം ഉറപ്പാക്കാനും ഉപകരിച്ചു. നികുതി നിരക്കുകൾ നിജപ്പെടുത്തുന്നതുവഴിയും തൊഴിൽ സംരക്ഷണം നൽകുന്നതുവഴിയും കുടിയാന്മാരുടെ അവകാശങ്ങളെ സംരക്ഷിക്കാനും ഈ പരിഷ്കാരങ്ങൾ ഉദ്ദേശിച്ചിരുന്നു.

ഭൂപരിഷ്കരണത്തിന്റെ ഗുണങ്ങളെ വിലയിരുത്തുമ്പോൾ എടുത്തു പറയേണ്ടുന്ന വസ്തുത 1950 കളിൽ തന്നെ സെമീന്ദാരി സമ്പ്രദായം അവസാനിപ്പിക്കാൻ കഴിഞ്ഞു എന്നതാണ്. ഇതിനപ്പുറം മറ്റ് നേട്ടങ്ങൾ ഉണ്ടാക്കാൻ ഈ സംരംഭത്തിലൂടെ കഴിഞ്ഞില്ല. കർഷകനെ കൃഷിഭൂമിയിൽനിന്നും കാരണംകൂടാതെ പിരിച്ചുവിടുന്ന നടപടിയെ ഒരുപരിധിവരെ നിയന്ത്രിക്കാൻ കഴിഞ്ഞു. പക്ഷേ, നികുതി ഈടാക്കുന്നതിൽ ശാസ്ത്രീയമായ സമീപനമല്ല സർക്കാർ കൈക്കൊണ്ടത്. പലപ്പോഴും സർക്കാർ നിശ്ചയിച്ച നികുതി കർഷകന് അടയ്ക്കാവുന്നതിനെക്കാൾ വളരെ കൂടുതലായിരുന്നു.

ഭൂപരിഷ്കരണ നിയമത്തെ കാലക്രമത്തിൽ ലഘൂകരിച്ചതിന്റെ ഫലമായി തോട്ടവിളകൾ ഉൾപ്പെടെ പല ഭൂമികളും ഇതിന്റെ പരിധിയിൽനിന്നും ഒഴിവാക്കപ്പെട്ടു. നിയമാനുസൃതമായി തന്നെ ഭൂ ഉടമയ്ക്ക് അവന്റെ ഭൂമി നഷ്ടപ്പെടാതെ നിലനിർത്താനുള്ള പല വഴികളും തുറന്നുകിട്ടി. മിച്ചഭൂമിയായി പ്രഖ്യാപിക്കപ്പെട്ടതിനെക്കാൾ വളരെ കുറച്ച് ഭൂമി മാത്രമേ സർക്കാർ ഏറ്റെടുക്കുകയും വിതരണം ചെയ്യുകയും ചെയ്തുള്ളു. മെഹലനോബിസ് പറയുന്നതനുസരിച്ച് 1955 ൽ ഏകദേശം 60 ദശലക്ഷം ഏക്കർ മിച്ചഭൂമി ഇന്ത്യയിലുണ്ടായിരുന്നു. ഒരു വിദഗ്ദ്ധ സംഘത്തിന്റെ പഠനം വെളിവാക്കുന്നത് 7.6 ദശലക്ഷം ഏക്കർ ഭൂമി മാത്രമേ കർഷകന് വിതരണം ചെയ്തിട്ടുള്ളു എന്നാണ്.

ചെറിയ കൃഷിയിടങ്ങളെ ഏകീകരിച്ച് കൃഷി നടത്താനുള്ള ശ്രമങ്ങളും കാര്യമായി വിജയിച്ചില്ല. ഭരണപരമായ പോരായ്മകളും രാഷ്ട്രീയ താൽപ്പര്യങ്ങളും ഭൂമിയുടെ ഉടമസ്ഥത സംബന്ധിച്ച നിയമങ്ങളിലെ അവ്യക്തതയും കാരണം ഭൂപരിഷ്കരണം വിജയകരമായി നടപ്പാക്കാൻ നമുക്ക് കഴിഞ്ഞില്ല. 'കൃഷിഭൂമി കർഷകന്' എന്ന ലക്ഷ്യം സാക്ഷാത്കരിച്ചില്ലെന്ന് മാത്രമല്ല, ഭൂപരിഷ്കരണ നടപടികളിലൂടെ കാർഷിക മേഖലയിലെ ഉൽപ്പാദനം, പ്രത്യേകിച്ചും ഭക്ഷ്യധാന്യങ്ങളുടെ ഉൽപ്പാദനം, വർദ്ധിപ്പിക്കാനും കഴിഞ്ഞില്ല. ഭക്ഷ്യധാന്യങ്ങളുടെ ഉൽപ്പാദനം കുറയുന്നതായും നാണ്യവിളകളുടെ പ്രാധാന്യം കൂടുന്നതായും കാണുന്നു.

ഹരിതവിപ്ലവം

ഇന്ത്യൻ സമ്പദ്ഘടനയിൽ കൃഷിക്കുള്ള പ്രാധാന്യം കണക്കിലെടുത്തുകൊണ്ട് ഈ മേഖലയെ വികസിപ്പിക്കാനുള്ള നടപടികൾ ഒന്നാം പഞ്ചവത്സരപദ്ധതി മുതൽക്കേ തുടങ്ങി. വികസിത രാജ്യങ്ങളിലേതു പോലെ പൂർണ്ണമായ യന്ത്രവൽക്കരണം ഇന്ത്യൻ കാർഷികരംഗത്ത് സാധ്യമായിരുന്നില്ല. ഇന്ത്യയിലെ ഉയർന്ന ജനസംഖ്യ, സാമ്പത്തിക പിന്നോക്കാവസ്ഥ, സാങ്കേതികരംഗത്തെ വളർച്ചക്കുറവ് തുടങ്ങിയ ഘടകങ്ങളാണ് ഇതിന് കാരണം. എങ്കിൽത്തന്നെയും കാർഷികരംഗത്ത് യന്ത്രവൽക്കരണം ഏർപ്പെടുത്താനുള്ള ശ്രമങ്ങൾ 1960 ൽത്തന്നെ തുടങ്ങി. ഐ എ ഡി പി (Intensive Agricultural District Programme) ഐ എ എ പി (Intensive Agricultural Area Programme) തുടങ്ങിയ പരിപാടികൾ ഇതിന് ഉദാഹരണങ്ങളാണ്.

1960 കളുടെ മധ്യത്തിലാണ് ഹരിതവിപ്ലവം തുടങ്ങിയത്. കാർഷികരംഗത്തെ ഗവേഷണ പരിപാടികളുടെ ഫലമായി ഉൽപ്പാദനക്ഷമത കൂടിയ വിത്തുകളും വളങ്ങളും ഇക്കാലത്ത് വികസിപ്പിച്ചിരുന്നു. കാലാവസ്ഥയും കൃഷിക്ക് അനുകൂലമായിരുന്നു. അനുകൂലമായ അവസരങ്ങൾ ശരിക്കും പ്രയോജനപ്പെടുത്തിക്കൊണ്ട്, കാർഷിക ഉൽപ്പാദനം വർദ്ധിപ്പിക്കുന്നതിനുവേണ്ടി പുതിയ സാങ്കേതികവിദ്യയും ഉൽപ്പാദനക്ഷമത കൂടിയ വിത്തുകളും വളങ്ങളും പാർശ്വഫലങ്ങൾ കുറവുള്ള കീടനാശിനികളും ശാസ്ത്രീയമായി ഉപയോഗിക്കുന്ന ഒരു പരിപാടിയാണ് ഹരിതവിപ്ലവം. ചുരുങ്ങിയ കാലംകൊണ്ട് വിപ്ലവകരമായ മാറ്റം കാർഷിക മേഖലയിൽ ഉണ്ടാക്കാൻ കഴിഞ്ഞു എന്നതുകൊണ്ടാണ് ഈ പദ്ധതിയെ ഹരിതവിപ്ലവം എന്ന് വിളിക്കുന്നത്. പരമ്പരാഗത രീതികളെ മാറ്റി കാർഷിക മേഖലയെ നവീകരിക്കാൻ കഴിഞ്ഞു എന്നതാണ് ഈ പരിപാടിയുടെ നേട്ടം. പൊതുവെ മാറ്റങ്ങൾ ഉൾക്കൊള്ളാൻ വൈമുഖ്യം കാണിക്കുന്ന കർഷകരും പുതിയ സംരംഭങ്ങളുമായി പെട്ടെന്ന് പൊരുത്തപ്പെട്ടതാണ് പദ്ധതി വിജയിക്കാനുള്ള കാരണം.

കൃഷിചെയ്യുന്ന രീതികളിലും ഗണ്യമായ മാറ്റങ്ങൾ ഉണ്ടായി. ഭൂമി കൃഷിക്കായി പാകപ്പെടുത്തുന്നതിനും വിത്ത് വിതയ്ക്കുന്നതിനും വിള

വെടുക്കുന്നതിനും യന്ത്രങ്ങൾ ഉപയോഗിച്ചുതുടങ്ങി. ചുരുക്കത്തിൽ ഹരിതവിപ്ലവം കാർഷിക മേഖലയുടെ നവീനവൽക്കരണത്തോടൊപ്പം യന്ത്രവൽക്കരണത്തെയും ശക്തിപ്പെടുത്തി. ഇതിന്റെ ഫലമായി ഭക്ഷ്യധാന്യങ്ങളുടെ ഉൽപ്പാദനത്തിൽ ഗണ്യമായ വളർച്ചയുണ്ടായി. 1967 ൽ ഒരു

ഗോതമ്പ് കർഷകർ

ഹെക്ടറിൽ ശരാശരി 783 കിലോഗ്രാം ഭക്ഷ്യധാന്യങ്ങളാണ് ഉൽപ്പാദിപ്പിച്ചിരുന്നത്. ഇത് 872 കിലോഗ്രാമായി 1971 ലും 944 കിലോഗ്രാമായി 1976 ലും വർദ്ധിച്ചു. ഹരിതവിപ്ലവം കൂടുതൽ ഫലവത്തായത് ഗോതമ്പിന്റെ ഉൽപ്പാദനത്തിലാണ്. 1960 കളിൽ ഒരു ഹെക്ടറിൽ ഉദ്ദേശം 830 കിലോഗ്രാം ഗോതമ്പാണ് ഉൽപ്പാദിപ്പിച്ചിരുന്നത്. ഇത് 1971 ൽ 1307 കിലോഗ്രാമായി വർദ്ധിച്ചു. 1950 മുതൽ 1965 വരെയുള്ള പതിനഞ്ച് വർഷത്തിനുള്ളിൽ ഭക്ഷ്യധാന്യങ്ങളുടെ ഉൽപ്പാദനം 22 ദശലക്ഷം ടൺ ആണ് വർദ്ധിച്ചത്. എന്നാൽ വിപ്ലവം തുടങ്ങി അഞ്ചുവർഷത്തിനകം (1966–1971) ഭക്ഷ്യധാന്യ ഉൽപ്പാദനം 36 ദശലക്ഷം ടൺ കണ്ട് വർദ്ധിച്ചു.

ഹരിതവിപ്ലവത്തിന്റെ പ്രധാന പോരായ്മയായി ചൂണ്ടിക്കാണിക്കുന്നത്, ഇതിന് വേണ്ടത്ര വ്യാപ്തി (coverage) ഉണ്ടായില്ല എന്നതാണ്. ഭക്ഷ്യധാന്യങ്ങളുടെ ഉൽപ്പാദനം വർദ്ധിപ്പിക്കുന്നതിന് ഊന്നൽ നൽകിക്കൊണ്ട് തുടങ്ങിയ ഈ പദ്ധതി ഗോതമ്പിന്റെ ഉൽപ്പാദനത്തിൽ മാത്രമേ ഗണ്യമായ നേട്ടങ്ങൾ കൈവരിച്ചുള്ളു. മറ്റു ഭക്ഷ്യധാന്യങ്ങളുടെ പ്രത്യേകിച്ചും അരിയുടെ ഉൽപ്പാദനത്തിൽ ഗണ്യമായ മാറ്റങ്ങൾ ഒന്നും ഉണ്ടായില്ല. പുതിയ കൃഷിരീതികൾ പരീക്ഷിച്ചത് എല്ലാ സൗകര്യങ്ങളോടും കൂടിയ ഫലഭൂയിഷ്ഠമായ ഭൂമിയിലാണ്. ഇത്തരം ഭൂമിയിൽ ഉൽപ്പാദനം വർദ്ധിപ്പിച്ചതുകൊണ്ട് സമഗ്രമായ നേട്ടങ്ങൾ ഉണ്ടാകുമെന്ന് അനുമാനി

യന്ത്രം ഉപയോഗിച്ച് നിലം ഉഴുതുമറിക്കുന്നു.

ക്കാൻ സാധിക്കില്ല. ജലസേചനസൗകര്യങ്ങൾ വർദ്ധിപ്പിക്കുന്നതിനോ കൂടുതൽ ഭൂമി കൃഷിക്ക് അനുയോജ്യമാക്കുന്നതിനോ ഈ പരിപാടി വേണ്ടത്ര പ്രാധാന്യം നൽകിയില്ല. ഇതിനെല്ലാം ഉപരിയായി, ഇന്ത്യയിലെ ഗോതമ്പ് ഉൽപ്പാദന കേന്ദ്രങ്ങളായ പഞ്ചാബ്, ഹരിയാന, പടിഞ്ഞാറൻ ഉത്തർപ്രദേശ് എന്നീ പ്രദേശങ്ങൾ മാത്രമാണ് ഹരിതവിപ്ലവത്തിന്റെ പരിധിയിൽ വന്നത്. ഇതര സംസ്ഥാനങ്ങളിലേക്ക് ഈ പദ്ധതി വികസിപ്പിക്കാൻ കഴിഞ്ഞില്ല.

കർഷകന്റെ വരുമാനത്തിലുള്ള വ്യത്യാസങ്ങൾ വർദ്ധിപ്പിക്കാനും ഹരിതവിപ്ലവം ഇടയാക്കി. പുതിയ കൃഷിരീതികൾ സമ്പന്നരായ കർഷകർക്ക് മാത്രമേ പ്രാവർത്തികമാക്കാൻ സാധിക്കുമായിരുന്നുള്ളു. ആയതിനാൽ ഹരിതവിപ്ലവം ഭൂഉടമകൾക്ക് കൂടുതൽ നേട്ടങ്ങൾ ഉണ്ടാക്കിയപ്പോൾ പാവപ്പെട്ട കൃഷിക്കാരന് ഇതിന്റെ ഗുണഭോക്താവാകാൻ കഴിഞ്ഞില്ല. കാർഷികമേഖലയിലെ വായ്പാസൗകര്യവും സമ്പന്നവർഗ്ഗമാണ് കൂടുതൽ പ്രയോജനപ്പെടുത്തിയത്. വരുമാന വിതരണത്തിലുണ്ടായ ഈ അസന്തുലിതാവസ്ഥ പലതരം സാമൂഹ്യപ്രശ്നങ്ങളും സൃഷ്ടിച്ചു. യന്ത്രവൽക്കരണം കാർഷികമേഖലയിലെ തൊഴിൽ സാദ്ധ്യതകൾ കുറയ്ക്കുന്നതായും ആക്ഷേപമുണ്ട്. ചുരുക്കത്തിൽ, സമഗ്രമായ കാർഷിക പുരോഗതി ലക്ഷ്യമിട്ടുകൊണ്ട് ആരംഭിച്ച ഹരിതവിപ്ലവം ഗോതമ്പിന്റെ ഉൽപ്പാദനത്തിൽ മാത്രം ഗണ്യമായ പുരോഗതി നേടി. ഇത് സമ്പന്നരായ ഭൂഉടമകളെയും കർഷകരെയും മാത്രം സഹായിച്ചു. ദരിദ്രരായ കർഷകരുടെ ജീവിതനിലവാരം മെച്ചപ്പെടുത്താനോ സാമൂഹ്യനീതിയും വരുമാന ഭദ്രതയും ഉറപ്പുവരുത്താനോ ഈ സംരംഭംകൊണ്ട് സാധിച്ചില്ല.

ബാങ്ക് ദേശസാൽക്കരണം

ബാങ്കിംഗ് സമ്പ്രദായം രാജ്യത്തിന്റെ വികസനത്തിന് ഉതകുന്ന രീതിയിലാക്കാനുള്ള ശ്രമങ്ങൾ 1949 മുതൽക്കേ നാം ആരംഭിച്ചു. ബാങ്ക് ദേശസാൽക്കരണം അഞ്ച് ഘട്ടങ്ങളിലായാണ് നടന്നത്. ഇതിൽ ആദ്യത്തേത് 1949 ജനുവരി 1–ന് റിസർവ് ബാങ്ക് ഓഫ് ഇന്ത്യയുടെ ദേശസാൽക്കരണമാണ്. ഇതേവർഷം മാർച്ച് മാസത്തിൽ പ്രഖ്യാപിച്ച ബാങ്കിംഗ് പ്രവർത്തനങ്ങളെ നിയന്ത്രിക്കുന്നതുമായി ബന്ധപ്പെട്ട ആക്ട് (Banking Regulations Act) റിസർവ്വ് ബാങ്കിന്റെ അധികാരങ്ങൾ വർദ്ധിപ്പിച്ചു. ഇന്ത്യയിലെ ബാങ്കിംഗ് പ്രവർത്തനങ്ങളുടെ പൊതുവിലുള്ള നിയന്ത്രണം റിസർവ് ബാങ്കിന് നൽകി. അതിനെ കേന്ദ്രബാങ്കായി അംഗീകരിച്ചു. ദേശസാൽക്കരണത്തിന്റെ രണ്ടാം ഘട്ടം 1955 ൽ ഇമ്പീരിയിൽ ബാങ്ക് ഓഫ് ഇന്ത്യ ദേശസാൽക്കരിച്ചതാണ്. ഇതിലൂടെയാണ് ഇന്ത്യയിലെ ഏറ്റവും വലിയ വാണിജ്യബാങ്കായ സ്റ്റേറ്റ് ബാങ്ക് ഓഫ് ഇന്ത്യ നിലവിൽ വന്നത്. ഈ പരിപാടിയുടെ തുടർച്ചയാണ് മൂന്നാംഘട്ടത്തിലെ ദേശസാൽക്കരണം. സംസ്ഥാന തലത്തിലുള്ള ഏഴ് ബാങ്കുകൾ 1959 ൽ ദേശസാൽക്കരിച്ച് സ്റ്റേറ്റ് ബാങ്കിനോടൊപ്പം ചേർത്തു. സ്റ്റേറ്റ് ബാങ്ക് ഓഫ് ട്രാവൻകൂർ ഈ ബാങ്കുകളിൽ ഒന്നാണ്. ദേശസാൽക്കരണവുമായി ബന്ധപ്പെട്ട് ഏറ്റവുമധികം രാഷ്ട്രീയ ശ്രദ്ധ ലഭിച്ച നടപടി 1969 ൽ നടന്ന പതിനാല് വാണിജ്യ ബാങ്കുകളുടെ ദേശസാൽക്കരണമാണ്. ബാങ്ക് ദേശസാൽക്കരണത്തിന്റെ അടുത്ത ഘട്ടമായി 1980 ൽ വീണ്ടും ആറ് വാണിജ്യബാങ്കുകൾ കൂടി ദേശസാൽക്കരിച്ചു.

റിസർവ്വ് ബാങ്ക് ഓഫ് ഇന്ത്യയുടെ ആസ്ഥാനമന്ദിരം

സ്വകാര്യ മേഖലയിൽ പ്രവർത്തിച്ചിരുന്ന വാണിജ്യബാങ്കുകൾ

ലാഭേച്ഛയോടുകൂടി മാത്രം പ്രവർത്തിച്ചിരുന്നതിനാൽ അവയുടെ സേവനം സാധാരണക്കാരന് ലഭ്യമായിരുന്നില്ല. ചെറുകിട വ്യവസായികൾക്കും കർഷകർക്കും വായ്പ എടുക്കുന്നതിനുള്ള സൗകര്യം വളരെ കുറവായിരുന്നു. ഗ്രാമങ്ങളിലെ പണമിടപാടുകൾ മിക്കവാറും പണമിടപാടുകാരാണ് നിർവഹിച്ചിരുന്നത്. അവരാകട്ടെ വളരെ ഉയർന്ന പലിശയും ഈടാക്കിയിരുന്നു.

വായ്പാസൗകര്യങ്ങൾ സാധാരണക്കാരന് അനുയോജ്യമായ രീതിയിൽ മെച്ചപ്പെടുത്തുക, പണമിടപാടുകാരുടെ കെണിയിൽനിന്നും സാധാരണക്കാരെ രക്ഷിക്കുക, സമ്പാദ്യശീലം പ്രോത്സാഹിപ്പിക്കുക, ബാങ്കിംഗ് സമ്പ്രദായം ഗ്രാമങ്ങളിലേക്ക് വ്യാപിപ്പിക്കുക, സാമ്പത്തിക വളർച്ചയിൽ പ്രകടമായിരുന്ന വൈകല്യങ്ങൾ ഇല്ലാതാക്കുക, നാണയ വ്യവസ്ഥയിലും (Monetary System) ഇതുമായി ബന്ധപ്പെട്ട സാമ്പത്തിക മേഖലയിലും സ്ഥിരത ഉറപ്പാക്കുക തുടങ്ങിയ കാര്യങ്ങൾ ദേശസാൽക്കരണത്തിന്റെ പ്രധാന ലക്ഷ്യങ്ങളാണ്.

വാണിജ്യബാങ്കുകളുടെ ദേശസാൽക്കരണം ബാങ്കിംഗ് സമ്പ്രദായം ഗ്രാമങ്ങളിലേക്ക് വിപുലീകരിക്കുന്നതിന് ഉപകരിച്ചു. 1969 ൽ 3897 കോടി രൂപയായിരുന്ന ബാങ്കിംഗ് നിക്ഷേപം 1993 ൽ 180492 കോടി രൂപയായി വർദ്ധിച്ചു. ഇതേ കാലഘട്ടത്തിൽ ബ്രാഞ്ചുകളുടെ എണ്ണം 6596 ൽ നിന്നും 46563 ആയി ഉയർന്നു. സർക്കാരിന്റെ വികസനപരിപാടികൾക്ക് സഹായകമാകത്തക്കവിധത്തിൽ ബാങ്കിംഗ് മേഖലയെ ഉപയോഗപ്പെടുത്താനും ദേശസാൽക്കരണം ഉപകരിച്ചു.

നിക്ഷേപങ്ങൾ സ്വീകരിക്കുകയും കടംകൊടുക്കുകയും ചെയ്യുന്നതിൽ ഒതുങ്ങിയിരുന്ന ബാങ്കിംഗ് ക്രമേണ പ്രവർത്തനരംഗം വിപുലപ്പെടുത്തി. മ്യൂചൽ ഫണ്ട് (Mutual Fund), മർച്ചന്റ് ബാങ്കിംഗ്, ഉപഭോക്തൃ സേവനങ്ങൾ തുടങ്ങിയവ ദേശസാൽകൃത ബാങ്കുകളുടെ ഇപ്പോഴത്തെ പ്രവർത്തനങ്ങളിൽ ഉൾപ്പെടുന്നു. ദേശസാൽക്കരണത്തിനുശേഷം സർക്കാർ സെക്യൂരിറ്റികളിൽ ബാങ്കുകൾ പണം മുടക്കാൻ തുടങ്ങി. ഇതിന്റെ ഫലമായി സർക്കാരിന്റെ വികസനപ്രവർത്തനങ്ങൾക്ക് ആവശ്യമായ പണത്തിന്റെ ലഭ്യത വർദ്ധിപ്പിക്കാൻ കഴിഞ്ഞു. വികസനപ്രവർത്തനങ്ങളിൽ മുൻഗണന നൽകേണ്ടുന്ന മേഖലകൾ (Priority Sector) കണ്ടെത്താനും അശരണർക്ക് സാമ്പത്തിക സഹായം എത്തിക്കാനും ദാരിദ്ര്യനിർമാർജ്ജന പ്രവർത്തനങ്ങളുടെ ശക്തി വർദ്ധിപ്പിക്കാനും ബാങ്ക് ദേശസാൽക്കരണം ഉപകരിച്ചു. 1969 ൽ നടപ്പാക്കിയ ലീഡ് ബാങ്ക് സ്കീം (Lead Bank Scheme) വാണിജ്യബാങ്കുകൾ, സഹകരണ ബാങ്കുകൾ, മറ്റ് സാമ്പത്തിക സ്ഥാപനങ്ങൾ എന്നിവയുടെ പ്രവർത്തനങ്ങളെ സംയോജിപ്പിക്കാൻ സഹായിച്ചു.

നിക്ഷേപസമാഹരണത്തിലുള്ള കുറവ്, ലീഡ് ബാങ്ക് സ്കീമിന്റെ മന്ദഗതിയിലുള്ള വളർച്ച, ഉപഭോക്തൃ സേവനങ്ങളിലെ പാളിച്ചകൾ, ഭരണപരമായ വൈകല്യങ്ങൾ, അഴിമതി, സ്വാർത്ഥ താൽപ്പര്യങ്ങൾ ഇതൊ

ക്കെ ദേശസാൽകൃത ബാങ്കുകളുടെ പ്രവർത്തനവൈകല്യങ്ങളായി ചൂണ്ടിക്കാണിക്കപ്പെടുന്നു. ബാങ്കുകളുടെ ലാഭത്തിൽ ഉണ്ടായിട്ടുള്ള വൻ ഇടിവ് ഇത്തരം കാരണങ്ങളാലാണെന്ന് അനുമാനിക്കാം. ജീവനക്കാരുടെ താൽപ്പര്യക്കുറവും അമിത രാഷ്ട്രീയവൽക്കരണവും ദേശസാൽക്കരണത്തിനുശേഷം ഉണ്ടായ പ്രശ്നങ്ങളായി ചൂണ്ടിക്കാണിക്കപ്പെടുന്നു.

സാമ്പത്തിക വികസനം: ഒരു അവലോകനം

സാമ്പത്തികാസൂത്രണം, ഹരിതവിപ്ലവം, ഭൂപരിഷ്കരണം, ബാങ്ക് ദേശസാൽക്കരണം തുടങ്ങിയ നടപടികൾ ഇന്ത്യൻ സമ്പദ്ഘടനയുടെ വികസനത്തിൽ നിർണ്ണായകമായ പങ്കു വഹിച്ചിട്ടുണ്ട്. 1948 മുതലുള്ള രണ്ട് ദശകത്തിലെ ചില നേട്ടങ്ങളാണ് ഇവിടെ പരാമർശിക്കുന്നത്. സാമ്പത്തികവളർച്ചയുടെ പ്രധാന ലക്ഷണമായി കണക്കാക്കുന്ന രണ്ട് ഘടകങ്ങളാണ് ദേശീയ വരുമാനത്തിലും പ്രതിശീർഷ വരുമാനത്തിലുമുള്ള വളർച്ച. 1948 അടിസ്ഥാനവർഷമായി പരിഗണിക്കുമ്പോൾ അന്ന് 8650 കോടി രൂപയായിരുന്ന ദേശീയ വരുമാനം 1960–61 ൽ 13267 കോടി രൂപയായും, ഇതേ കാലഘട്ടത്തിൽ പ്രതിശീർഷവരുമാനം 249 രൂപയിൽനിന്നും 293 രൂപയായും വർദ്ധിച്ചു. അടിസ്ഥാനവർഷം 1960–61 ആയി നടത്തിയ പഠനങ്ങൾ സൂചിപ്പിക്കുന്നത് ഇക്കാലത്ത് ദേശീയ വരുമാനം 13267 കോടിരൂപയും പ്രതിശീർഷ വരുമാനം 305 രൂപയും ആണെന്നാണ്. ഇത് രണ്ടും 1973–74 ൽ യഥാക്രമം 19724 കോടിരൂപയായും 340 രൂപയായും ഉയർന്നു. ദേശീയ സമ്പാദ്യ നിരക്കുകളിലും വലിയ മാറ്റങ്ങൾ ഉണ്ടായി. 1950–51 ൽ ദേശീയ വരുമാനത്തിന്റെ 5.5 ശതമാനമായിരുന്നു സമ്പാദ്യം. ഇത് 1970–71 ൽ 10.1 ശതമാനമായും 1973–74 ൽ 10 ശതമാനമായും വർദ്ധിച്ചു. ഇതേ കാലങ്ങളിലെ നിക്ഷേപം (investment) യഥാക്രമം 5.5, 11.3, 10.8 ശതമാനം എന്നിങ്ങനെ ആയിരുന്നു.

ആരോഗ്യസംവിധാനത്തിലുണ്ടായ പുരോഗതി കാരണം ശിശുമരണനിരക്ക് ഗണ്യമായി കുറഞ്ഞു. പക്ഷേ, ജനനനിരക്കിൽ കാര്യമായ വ്യത്യാസം ഉണ്ടായില്ല. അതിനാൽ ജനസംഖ്യാ വളർച്ചാനിരക്ക് ഉയരുന്നതായി കാണാം. ഉദാഹരണത്തിന് 1951–60 കാലഘട്ടത്തിൽ 1000 ത്തിന് 41.7 ജനനവും 22.8 മരണവുമാണ് ഉണ്ടായിരുന്നത്. ഇത് യഥാക്രമം 41.2 ഉം 19 ഉം ആയി 1961–70 ലും 37.2 ഉം 15 ഉം ആയി 1971 –80 ലും കുറഞ്ഞു. ജനസംഖ്യാ വളർച്ചാനിരക്ക് 1957 ൽ 1.26 ശതമാനമായിരുന്നത് 1981 ൽ 2.28 ശതമാനമായി വർദ്ധിച്ചു.

കാർഷിക മേഖലയിലുള്ള അമിതമായ ആശ്രയത്വം അവികസിത സമ്പദ് ഘടനകളുടെ പൊതുസ്വഭാവമാണ്. ഇന്ത്യയിലും ഏറിയ പങ്ക് ജനങ്ങളും കൃഷിയെയാണ് ഉപജീവനത്തിനായി ആശ്രയിച്ചിരുന്നത്. സാമ്പത്തികാസൂത്രണം കാർഷികേതരമേഖലകളുടെ വികസനത്തിനും ഊന്നൽ നൽകി. വ്യവസായം, സേവനം തുടങ്ങിയ മേഖലകൾ വികസിക്കുന്നതായും കൃഷിയിലുള്ള അമിത ആശ്രയത്വം കുറയുന്നതായും താഴെകൊടുത്തിരിക്കുന്ന കണക്കുകൾ വ്യക്തമാക്കുന്നു.

പട്ടിക 1				
തൊഴിലാളികൾ – മേഖല തിരിച്ചുള്ള തരംതിരിവ് (ശതമാനത്തിൽ)				
തൊഴിൽമേഖല	1951	1961	1971	1981
കാർഷിക മേഖല	72.2	72.3	72.5	68.8
വ്യവസായ മേഖല	10.1	11.7	10.8	12.9
സേവന മേഖല	17.2	16.0	16.7	16.5

ഇന്ത്യാ പോക്കറ്റ് ബുക്ക് ഓഫ് ഇക്കണോമിക്സ് ഇൻഫർമേഷൻ –
1971, സെൻസസ് റിപ്പോർട്ടുകൾ

കാർഷിക വിഭവങ്ങളുടെ ഉൽപ്പാദനം, കൃഷി ചെയ്യുന്ന ഭൂമിയുടെ അളവ്, ഭൂമിയുടെ ഉൽപ്പാദനക്ഷമത തുടങ്ങിയ രംഗങ്ങളിലും നമുക്ക് വളർച്ച നേടാൻ കഴിഞ്ഞു. 1961–62 അടിസ്ഥാനവർഷമായി തയ്യാറാക്കിയ ഇൻഡക്സ് നമ്പറുകൾ ഇത് തെളിയിക്കുന്നു.

പട്ടിക 2			
കാർഷികമേഖല – ഉൽപ്പാദനവും ഉൽപ്പാദനക്ഷമതയും (അടിസ്ഥാനവർഷം 1960–61 = 100)			
വർഷം	കൃഷിഭൂമി	ഉൽപ്പാദനം	ഉൽപ്പാദനക്ഷമത (ഒരു ഹെക്ടറിന്)
1960–61	100	100	100
1967–68	103.0	109.1	105.9
1970–71	106.7	128.3	120.2
1972–73	106.2	127.7	120.2
എക്കണോമിക് സർവ്വേ 1974–75			

ഇക്കാലത്ത് വ്യാവസായിക ഉൽപ്പന്നങ്ങളുടെ ഉൽപ്പാദനവും വർദ്ധിച്ചു. ഈ മേഖലയിൽ ശ്രദ്ധേയമായ വളർച്ച രണ്ടാം പഞ്ചവത്സര പദ്ധതി ക്കാലത്താണ് ഉണ്ടായത് (9 ശതമാനം). 1956 അടിസ്ഥാനവർഷമായി കണക്കാക്കി വ്യവസായ ഉൽപ്പന്നങ്ങളുടെ ഉൽപ്പാദനത്തിലുള്ള വളർച്ച പരിശോധിക്കുമ്പോൾ 1951 ൽ 73.4 ആയിരുന്ന വളർച്ച 1966 ൽ 192.6 ആയി ഉയർന്നതായി മനസ്സിലാക്കാം. അടിസ്ഥാന വ്യവസായങ്ങൾക്കും വൻകിട വ്യവസായങ്ങൾക്കും ഉള്ള പ്രാധാന്യം ഇക്കാലത്ത് വർദ്ധിച്ചു.

ഇറക്കുമതി കുറയ്ക്കുവാനും അതിന് പകരം ആവശ്യമുള്ള സാധന ങ്ങൾ ഇന്ത്യയിൽത്തന്നെ ഉൽപ്പാദിപ്പിക്കാനും ഉള്ള നടപടികൾക്കും ഇക്കാലത്ത് തുടക്കം കുറിച്ചു.

വിവിധ തലങ്ങളിൽ ഉണ്ടായ ഈ വളർച്ച ജനജീവിതത്തിൽ ഗണ്യ മായ സ്വാധീനം ചെലുത്തിയില്ല. സാധാരണ ജനങ്ങളുടെ ജീവിതനില വാരം വളരെ മോശമായിരുന്നു. വ്യാപകമായ ദാരിദ്ര്യമാണ് ഇതിനുള്ള പ്രധാന കാരണം. ദാരിദ്ര്യത്തിന്റെ വ്യാപ്തി മനസ്സിലാക്കാനുള്ള പല പഠനങ്ങളും ഇക്കാലത്ത് നടന്നു.

ഇവയിൽ പ്രധാനപ്പെട്ട പഠനങ്ങൾ പ്രതിശീർഷ വരുമാനത്തെയും പ്രതിശീർഷ ഉപഭോഗത്തെയും അടിസ്ഥാനപ്പെടുത്തി നടത്തിയതാണ്. ഈ പഠനങ്ങളിലൂടെ ദാരിദ്ര്യത്തിന്റെ യഥാർത്ഥ വ്യാപ്തി പൂർണ്ണമായും മനസ്സിലാക്കാൻ കഴിഞ്ഞില്ല. ഇക്കാലത്ത് ഏകദേശം മൂന്നിലൊന്നോളം ജനങ്ങൾ ദാരിദ്ര്യരേഖയ്ക്ക് താഴെയായിരുന്നു. ദാരിദ്ര്യത്തിനുള്ള പ്രധാന കാരണം സ്വത്തിന്റെയും വരുമാനത്തിന്റെയും വിഭജനത്തിലുള്ള അസ മത്വമാണ്. 1956 ൽ ഇന്ത്യയിലെ ഏറ്റവും സമ്പന്നരായ 10 ശതമാനം പേർ ദേശീയ വരുമാനത്തിന്റെ 25 ശതമാനം അനുഭവിക്കുമ്പോൾ ഏറ്റവും കുറഞ്ഞ വരുമാനമുള്ള 20 ശതമാനം ജനങ്ങൾക്ക് ദേശീയവരുമാന ത്തിന്റെ 8.5 ശതമാനം മാത്രമേ ലഭ്യമായുള്ളു. രാജ്യത്ത് കൂടുതൽ തൊ ഴിൽസാധ്യതകൾ സൃഷ്ടിക്കാൻ ഇക്കാലത്ത് സാധിച്ചില്ല. ആയതിനാൽ തൊഴിലില്ലായ്മയും കൂടുതലായിരുന്നു.

3

ആഗോളീകരണത്തിന്റെ മുന്നൊരുക്കങ്ങൾ (1971–1990)

ഡോ. കെ സി ബൈജു

ആയിരത്തി തൊള്ളായിരത്തി അറുപത്തിയാറ് മുതൽ അറുപത്തിയൊൻപത് വരെയുള്ള പദ്ധതി അവധിക്കാലത്തിനു ശേഷം (Plan holidays) നാലാം പഞ്ചവത്സരപദ്ധതിക്ക് തുടക്കം കുറിച്ചതോടുകൂടി പദ്ധതിലക്ഷ്യങ്ങളുടെ പ്രാമുഖ്യത്തിലും വികസന നയങ്ങളിലും അടിസ്ഥാനപരമായ മാറ്റങ്ങളുടെ സൂചനകൾ കണ്ടുതുടങ്ങിയതായി കാണാം. 90 കളുടെ ആരംഭത്തോടെ (8–ാം പദ്ധതിയുടെ തുടക്കത്തോടെ) പുത്തൻ സാമ്പത്തികനയം ഇന്ത്യയിൽ ആവിഷ്കരിക്കപ്പെടുകയും പൊതുമേഖലാധിഷ്ഠിത സമ്പദ്‌വ്യവസ്ഥയിൽനിന്നും ആഗോളീകൃത കമ്പോള വ്യവസ്ഥയിലേക്കുള്ള വ്യക്തമായ ചുവടുമാറ്റം ദൃശ്യമാവുകയും ചെയ്തു. എഴുപതുകളിലെയും എൺപതുകളിലെയും വികസനക്രമം രൂപപ്പെടുത്തിയത് പ്രധാനമായും നാല് പഞ്ചവത്സരപദ്ധതികളിലൂടെയാണ്.

ഈ കാലയളവിലെ പദ്ധതിലക്ഷ്യങ്ങളും നേട്ടങ്ങളും സംക്ഷിപ്തമായി പട്ടിക 1–ൽ ക്രമീകരിച്ചിരിക്കുന്നു.

നാലു പദ്ധതികളും ഇന്ത്യയുടെ സുദീർഘവും സമഗ്രവുമായ ഭാവിവികസനമാണ് ഉയർത്തിക്കാട്ടിയത് (സ്ഥിരതയാർന്ന സാമ്പത്തിക വളർച്ച, സ്വാശ്രയത്വം, ദാരിദ്ര്യ നിർമ്മാർജ്ജനം, സ്വയംപര്യാപ്തത, തൊഴിൽ പ്രഭവം, സാങ്കേതിക വികസനം, ഭക്ഷ്യോൽപ്പാദന ക്ഷമതാവർദ്ധനവ് തുടങ്ങിയവ). എന്നാൽ ഈ ലക്ഷ്യങ്ങൾ എത്രമാത്രം കൈവരിക്കാൻ ഈ കാലയളവിൽ കഴിഞ്ഞു എന്നു മനസ്സിലാക്കാൻ രാജ്യത്തിന്റെ വരുമാന ഉറവിടങ്ങൾ, ഉൽപ്പാദന മേഖലയിലെ (കാർഷികം, വ്യാവസായികം, സേവനം, വ്യാപാരം) വളർച്ചയും അവയിലെ ഘടനാ

പട്ടിക 1

70–80 കളിലെ പദ്ധതികളുടെ മുഖ്യലക്ഷ്യങ്ങളും വളർച്ചാനിരക്കുകളും			
പദ്ധതി	മുഖ്യലക്ഷ്യം	വളർച്ചാനിരക്ക് (%) ലക്ഷ്യം	നേട്ടം
IV (1969–74)	സ്ഥിരതയോടും സ്വയംപര്യാപ്ത തയോടും കൂടിയ വളർച്ച	5.5	3.3
V (1974 –78)	ദാരിദ്ര്യനിർമ്മാർജ്ജനം, സ്വയംപര്യാപ്തത	4.4	4.8
1978 – 80	ഇടവേള		
VI (1980 – 85)	ദാരിദ്ര്യ നിർമ്മാർജ്ജനം, സാങ്കേതിക വികസനം, തൊഴിൽസൃഷ്ടി, സ്വയംപര്യാപ്തത	5.2	5.7
VII (1985 – 90)	ഭക്ഷണം, തൊഴിൽ, ഉൽപ്പാദനക്ഷമത	5.0	6.0

അവലംബം (ആസൂത്രണ കമ്മീഷൻ IX പഞ്ചവത്സര പദ്ധതി)

പരമായ മാറ്റവും തൊഴിൽ, ദാരിദ്ര്യം, സാമ്പത്തിക അസമത്വത്തിന്റെയും മാനവ വിഭവവികസനത്തിന്റെയും ജീവിതനിലവാര മാറ്റത്തിന്റെയും സൂചികകൾ എന്നിവ പരിശോധിക്കേണ്ടിയിരിക്കുന്നു.

ദേശീയ വരുമാനവും മൂലധന സമാഹരണവും

സമ്പദ്‌വ്യവസ്ഥയുടെ വികസനക്രമത്തെയും അതിന്റെ ഘടനയെയും മനസ്സിലാക്കുവാൻ സഹായിക്കുന്നത് ആ രാജ്യത്തിന്റെ ദേശീയ വരുമാന വളർച്ചയുടെയും അനുബന്ധ മേഖലാടിസ്ഥിത വരുമാന - പ്രഭവ അനുപാതത്തിന്റെയും അപഗ്രഥനമാണ്. വികസനം ത്വരിതപ്പെടുന്നതോടെ മൊത്തം ദേശീയ വരുമാന സംഭാവനയിൽ കാർഷിക മേഖലയുടെ അനുപാതം കുറയുകയും വ്യാവസായിക സേവന മേഖലകളുടെ സംഭാവന കൂടുകയുമാണ് ചെയ്യുന്നത്. അത്തരത്തിൽ നോക്കുമ്പോൾ ദേശീയ സമ്പദ്ഘടനയിൽ കാർഷിക മേഖലയുടെ പങ്ക് കുറയുന്നതുകാണാം. എന്നാൽ, കാർഷികമേഖല ലഭ്യമാക്കുന്ന തൊഴിൽ സാദ്ധ്യതയിൽ (സംഘടിത മേഖല) ഗണ്യമായ കുറവോ വർദ്ധനവോ ഈ കാലയളവിൽ ദൃശ്യമാകുന്നില്ല.

എഴുപതുകളുടെ പ്രാരംഭത്തിൽ ദേശീയ വരുമാന വർദ്ധനാനിരക്ക് തുലോം കുറവായിരുന്നു (അതായത് 3.3% മുതൽ 3.5% വരെ). ഇത്തരത്തിലൊരു താഴ്ന്ന വരുമാന വർദ്ധനാനിരക്കിന് പ്രമുഖ സാമ്പത്തിക ശാസ്ത്രജ്ഞൻ രാജ്കൃഷ്ണ *ഹിന്ദു വളർച്ചാനിരക്ക്* (*Hindu Rate of*

പട്ടിക 2

ജി ഡി പി, തൊഴിൽ എന്നിവയുടെ മേഖലാടിസ്ഥിത വിതരണം (Sectoral distribution of GDP & Employment in the organised sector)

	കാർഷികമേഖല (പ്രൈമറി)	വ്യാവസായികമേഖല (സെക്കണ്ടറി)	സേവനമേഖല (സർവീസ്)
1970–72 GDP%	46.56	20.38	33.06
തൊഴിൽ (%)	9.61	35.72	54.67
1980–82 GDP%	41.34	21.77	36.89
തൊഴിൽ (%)	9.85	34.61	55.54
1990–92 GDP%	34.40	24.06	41.54
തൊഴിൽ (%)	9.50	31.92	58.58

അവലംബം NAS 2002, സാമ്പത്തിക സർവേ

Growth) എന്ന നാമധേയവും നൽകി. അഞ്ച്, ആറ്, ഏഴ് പദ്ധതികാലങ്ങളിൽ (1974–90) ആഭ്യന്തര വളർച്ചാനിരക്ക് 5 ശതമാനവും അതിൽ കൂടുതലുമായി വർദ്ധിക്കുകയുണ്ടായി. ഈ കാലയളവിൽ പ്രതിശീർഷ വരുമാനം ഏകദേശം 3.7 ശതമാനം വളർച്ചാനിരക്കാണ് രേഖപ്പെടുത്തിയത് (PCI - Rs 5002/- in 1970-71 to Rs 7321/- in 1990-91 at 1993-94 prices). താഴ്ന്ന പ്രതിശീർഷ വരുമാന വർദ്ധനാനിരക്കിന് വളരെ പ്രധാനമായ കാരണം ഈ കാലയളവിലുണ്ടായ അഭൂതപൂർവമായ ജനസംഖ്യാവർദ്ധനവ് തന്നെയാണ് (1971 ലെ 54.1 കോടിയിൽ നിന്ന് 1991– ലെ 83.9 കോടിയിലേക്ക്).

വികസനത്തിന്റെ ജീവനായ മൂലധനവും മൂലധനശേഖരവും സമ്പാദ്യവും, വികസ്വരരാജ്യങ്ങളെ സംബന്ധിച്ച് പ്രത്യേകിച്ചും, വളരെ പ്രാധാന്യം അർഹിക്കുന്നു. 1970–71 ൽ 15.4 ശതമാനം ആയിരുന്ന ആഭ്യന്തര മൂലധന സമാഹരണം 1990–91 ആയപ്പോൾ 26.3 ശതമാനം ആയി ഉയർന്നു. വികസനത്തിന്റെ 'ടേക്ക് ഓഫ്' സ്റ്റേജിൽ പലപ്പോഴും നിർദ്ദേശിക്കപ്പെടുന്നത് 20 ശതമാനവും അതിനു മുകളിലുമുള്ള ആഭ്യന്തര മൂലധന സമാഹരണമാണ്. ഇത് ഇന്ത്യ 1980–81കളിൽ കൈവരിച്ചു. ഈ കാലയളവിൽ ആഭ്യന്തരസമ്പാദ്യം 14.6 ശതമാനത്തിൽ (1971) നിന്നും 23.1 ശതമാനം (1990–91) ആയി ഉയർന്നു. താഴ്ന്ന ആഭ്യന്തര സമ്പാദ്യത്തിന് പ്രധാനമായും ഉയർന്ന നാണയപ്പെരുപ്പവും വർദ്ധിച്ച വിലനിലവാരവും സാമ്പത്തിക മുരടിപ്പും കാരണമായിട്ടുണ്ട്.

ജനസംഖ്യ

മാനവവിഭവത്തിന്റെ വികാസമാണ് ഏതൊരു വികസനത്തിന്റെയും ആത്യന്തിക ലക്ഷ്യം. വികസനത്തിന്റെ ചാലകശക്തിയായി ജനങ്ങളെ പരുവപ്പെടുത്തുമ്പോൾ അവരുടെ കഴിവിന്റെയും മികവിന്റെയും ഗുണ പരമായ വികാസമാണ് ഉണ്ടാകേണ്ടത്. അതായത് ഗണത്തെക്കാളും കൂടു തൽ ഊന്നൽ ഗുണത്തിന് (quantity Vs quality) നൽകണം. സ്വാത ന്ത്ര്യലബ്ധിയുടെ സമയത്ത് ഇന്ത്യയുടെ ജനസംഖ്യ 35.9 കോടി (1951) ആയിരുന്നുവെങ്കിൽ അത് 1971–ൽ 54.1 കോടിയും (24.8% വളർച്ച) 1991–ൽ 83.9 കോടിയുമായി (23.5% വളർച്ച) ഉയർന്നു. അതായത് 55% ജനസം ഖ്യാവർദ്ധനവ് 1970 കളിലും 80 കളിലും ഇന്ത്യയിലുണ്ടായി. ഈ വളർച്ച വിരൽചൂണ്ടുന്നത് ചില അടിസ്ഥാന ആവശ്യങ്ങളുടെ ലഭ്യതയിലും ഉൽപ്പാദനത്തിലുമുള്ള വർദ്ധനവിലേക്കും ഒപ്പം ചില പ്രശ്നങ്ങളുടെ രൂക്ഷതയിലേക്കുമാണ്. ഉദാ: പാർപ്പിടം, ഭക്ഷണം, തൊഴിൽ, അടിസ്ഥാന പശ്ചാത്തല സൗകര്യങ്ങൾ, ആരോഗ്യം, വിദ്യാഭ്യാസം എന്നിവ.

പട്ടിക – 3

ജനസംഖ്യ – ചില സൂചനകൾ

	1970–71	1980–81	1990–91
ജനസംഖ്യ (മില്യൻ)	541	679	839
ജനന നിരക്ക് (ആയിരത്തിൽ)	41.2	37.2	33.9
മരണ നിരക്ക് (ആയിരത്തിന്)	19.0	15.0	12.5
ആയുർദൈർഘ്യം	45.6	50.4	58.7
സാക്ഷരത (%)	34.55	43.57	52.2
ഭക്ഷ്യധാന്യങ്ങളുടെ പ്രതിശീർഷ ലഭ്യത(ഗ്രാം)	467	474	476
തൊഴിലെടുക്കുന്നവർ (മില്യൻ)	175 (34.2%)	220 (37.6%)	315 (37.6%)
തൊഴിലിൽ പങ്കാളിയാകാത്തവർ (മില്യൻ)	372 (65%)	464 (62.4%)	529 62.4%)

അവലംബം : *സാമ്പത്തിക സർവ്വേ* (ഇന്ത്യ)

തൊഴിലില്ലായ്മയും ദാരിദ്ര്യവും

വർദ്ധിച്ചുവരുന്ന ജനസംഖ്യ പലപ്പോഴും ഇന്ത്യയുടെ വികസന ത്തിന്റെ മുന്നോട്ടുള്ള കുതിപ്പിന് വിഘാതമായിട്ടുണ്ട്. പ്രത്യേകിച്ച് തൊഴി ലില്ലായ്മയും ദാരിദ്ര്യവും. വികസ്വര രാജ്യങ്ങളിൽ ദൃശ്യമാകുന്ന എല്ലാ തരത്തിലുള്ള തൊഴിലില്ലായ്മയും (structural, open, functional, seasonal, disguised unemployment) ഇന്ത്യയുടെ ഗ്രാമീണ മേഖലയിലും

നാഗരിക മേഖലയിലും നിലനിൽക്കുന്നു. 1973 ലെ *ഭഗവതി കമ്മിറ്റി റിപ്പോർട്ടിൻ* പ്രകാരം 1971 ൽ 18.7 മില്യൻ ആൾക്കാർക്ക് വ്യത്യസ്തമായ തൊഴിലില്ലായ്മ അനുഭവപ്പെടുന്നുണ്ടായിരുന്നു (ഗ്രാമീണ മേഖലയിൽ 16.1 ദശലക്ഷവും നഗരങ്ങളിൽ 2.6 ദശലക്ഷവും). 1980 കളിലെത്തിയപ്പോൾ 4.48% തൊഴിലില്ലായ്മ വർദ്ധനയാണ് ഇന്ത്യയിലുണ്ടായത്. (NSSO, 1980). ഈ സന്ദർഭത്തിൽ വളരെ എടുത്തുപറയേണ്ടുന്നത് 1980 വരെ നടപ്പിലാക്കിയ ആദ്യത്തെ നാല് പദ്ധതികളിലും തൊഴിലില്ലായ്മയെ നേരിട്ടു സംബോധനചെയ്യുന്ന കർമ്മപദ്ധതികളുണ്ടായിരുന്നില്ല എന്നതാണ്. എന്നാൽ അഞ്ചാം പഞ്ചവത്സരപദ്ധതിയിൽ 'National programme for minimum needs' –ന് കീഴിൽ ചില പരിപാടികൾ കൊണ്ടുവന്നു (ഘന വ്യവസായ മാതൃകയിൽ നിന്നും wage goods model മാതൃകയിലേക്കുള്ള ചുവടുമാറ്റം). ഗ്രാമീണമേഖലയുടെ വിദ്യാഭ്യാസം, കുടിവെള്ളം, വൈദ്യസഹായം, പോഷകാഹാര ലഭ്യത, ഭവന പദ്ധതികൾ, റോഡുകൾ എന്നീ ആവശ്യങ്ങൾ തൊഴിലില്ലായ്മാ നിർമാർജ്ജനം അടിസ്ഥാന ലക്ഷ്യമാക്കിവന്ന ആറാം പഞ്ചവത്സരപദ്ധതിയിൽ ഉൾപ്പെടുത്തി (increased opportunities for employment especially in the rural areas and unorganised sector and meet the minimum basic needs for the people - Planning Commission VI Plan 1980–85). പദ്ധതി ആരംഭത്തിൽ 12 ദശലക്ഷമായിരുന്ന തൊഴിലില്ലായ്മ പദ്ധതി അവസാനമായപ്പോൾ 9.2 ദശലക്ഷമാക്കി കുറയ്ക്കാൻ കഴിഞ്ഞു. ഏഴാം പഞ്ചവത്സരപദ്ധതിയിലും ദാരിദ്ര്യത്തെയും തൊഴിലില്ലായ്മയെയും പ്രത്യക്ഷമായി നേരിടാനുള്ള കർമ്മപദ്ധതികളുണ്ടായിരുന്നു. രാജ്കൃഷ്ണയുടെ അഭിപ്രായത്തിലുള്ള 'ഹിന്ദു വളർച്ചാ നിരക്ക്' അതിജീവിച്ച പദ്ധതിയായിരുന്നു ഏഴാം പദ്ധതി. എന്നാൽ പദ്ധതിയുടെ അവസാന കാലഘട്ടത്തിൽ തൊഴിൽമേഖലയിൽ ഗണ്യമായ പുരോഗതി കൈവരിക്കാൻ കഴിഞ്ഞില്ല. മറിച്ച് തൊഴിലില്ലായ്മ 0.16 ദശലക്ഷമായി ഉയർന്നു (NSSO, 1990). ഈ കാലയളവിലെ 'മുൻ കുടിശ്ശിക' (back log) കൂടി കണക്കാക്കുമ്പോൾ 1990 ൽ 28 ദശലക്ഷം പേർക്ക് തൊഴിലില്ലായ്മ അനുഭവപ്പെട്ടിരുന്നതായി ആസൂത്രണ കമ്മീഷൻ തന്നെ സ്ഥിരീകരിക്കുന്നു. അതായത് 70 കളിലും 80 കളിലും തൊഴിലില്ലായ്മ ഇന്ത്യൻ സമ്പദ്വ്യവസ്ഥയുടെ വികസനത്തെ ഗ്രസിക്കുന്ന തരത്തിൽ ശക്തി പ്രാപിച്ചു എന്നുകാണാം.

ദാരിദ്ര്യം

വർദ്ധിച്ചുവരുന്ന തൊഴിലില്ലായ്മ രാജ്യത്തിന്റെ ഈ കാലയളവിലെ ദാരിദ്ര്യത്തിന്റെ രൂക്ഷത എടുത്തുകാണിക്കുന്നു. 1989–ൽ ലോക ബാങ്ക് നടത്തിയ പഠനത്തിന്റെ വെളിച്ചത്തിൽ 1970–ൽ 52.4 ശതമാനം ഇന്ത്യക്കാർ ദാരിദ്ര്യരേഖയ്ക്കു താഴെ നിൽക്കുന്നതായും 1988–ൽ അത് 39.6 ശതമാനം ആയി കുറയുകയും ചെയ്തതായി കണക്കാക്കുന്നു.

പട്ടിക 4

ഇന്ത്യൻ ജനസംഖ്യയിൽ ദാരിദ്ര്യരേഖയ്ക്കു താഴെ നിൽക്കുന്നവരുടെ അനുപാതം			
	1970	1983	1988
ഗ്രാമം (മില്യൻ) ശതമാനം	236.8 (53.0%)	252.1 (44.9%)	252.2 (41.7%)
നഗരം (മില്യൻ) ശതമാനം	50.5 (45.5%)	64.7 (36.4%)	70.1 (33.6%)
ആകെ (മില്യൻ) ശതമാനം	287.3 (52.4%)	311 (42.5%)	322.3 (39.6%)

അവലംബം: വേൾഡ് ബാങ്ക് പഠനം : ഇന്ത്യ
ദാരിദ്ര്യം, തൊഴിൽ, സാമൂഹ്യസേവനം (1989)

പട്ടിക (4) പ്രകാരം ദാരിദ്ര്യരേഖയ്ക്ക് താഴെ വരുന്ന ഗ്രാമീണരുടെ അനുപാതം ഈ കാലയളവിൽ കുറഞ്ഞുവെങ്കിലും (53%–1970 42%–1988) മൊത്തത്തിലുള്ള അംഗസംഖ്യ 1970–ലെ 237 മില്യനിൽനിന്നും 252 മില്യൻ ആയി ഉയരുകയാണ് ഉണ്ടായത്. ഗ്രാമീണമേഖലയിലെ ദാരിദ്ര്യവും കാർഷികമേഖലയിലെ പുരോഗതിയും ഏറെ ബന്ധപ്പെട്ടിരിക്കുന്നു. പലപ്പോഴും പദ്ധതികളിൽ വിഭാവനം ചെയ്യുന്ന ഗുണഫലങ്ങൾ താഴെത്തട്ടിലെത്തുന്നില്ല (trickle down) എന്നും അവർക്കുവേണ്ടി പ്രത്യേക പരിപാടികളും സഹായങ്ങളും ആവശ്യമാണെന്നും ഈ കാലയളവിൽ (മൊണ്ടേക് സിംങ്ങ് അലുവാലിയ 1977) അഭിപ്രായം ഉയർന്നു.

ഇന്ത്യയുടെ 70 കളിലെയും 80 കളിലെയും വരുമാനവർദ്ധനവിനെയും തൊഴിൽ സൃഷ്ടിക്കലിനെയും ദാരിദ്ര്യനിർമാർജ്ജനത്തെയും വിലയിരുത്തുമ്പോൾത്തന്നെ ഈ കാലയളവിലെ ഉൽപ്പാദനമേഖലകളുടെ പ്രത്യേകിച്ചും കാർഷിക, വ്യാവസായിക, സേവന, വ്യാപാര മേഖലകളുടെ പ്രകടനം വളരെ പ്രാധാന്യം അർഹിക്കുന്നു.

കാർഷിക മേഖല

കാർഷികമേഖല ഇപ്പോഴും ഇന്ത്യൻ സമ്പദ്വ്യവസ്ഥയുടെ നട്ടെല്ലായി നിലകൊള്ളുന്നു. രാജ്യത്തിന്റെ ദാരിദ്ര്യനിർമാർജ്ജനത്തിലും തൊഴിലില്ലായ്മ ലഘൂകരിക്കുന്നതിലും കാർഷികമേഖല അതിന്റേതായ പങ്ക് വഹിക്കുന്നുണ്ട്. ആസൂത്രണത്തിന്റെ ആരംഭഘട്ടം മുതൽ കാർഷിക മേഖലയുടെ ഉൽപ്പാദനവർദ്ധനവിനും തൊഴിലവസര വർദ്ധ

നവിനും കൃഷിഭൂമിയിന്മേലുള്ള ജനങ്ങളുടെ അധിക സമ്മർദ്ദം കുറയ്ക്കുന്നതിനും ഗ്രാമീണ മേഖലയിൽ കർഷകരുടെയിടയിൽ സാമ്പത്തിക അസമത്വങ്ങൾ ലഘൂകരിക്കുന്നതിനും വിവിധ പഞ്ചവത്സരപദ്ധതികൾ ഊന്നൽ നൽകി (Community development programmes and agricultural extension services, expansion of irrigation facilities, fertilisers, pesticides, agricultural machinery, high yielding varieties of seeds, institutional credit, marketing, land reforms etc). മൂന്നാം പഞ്ചവത്സര പദ്ധതിയുടെ അവസാനത്തിൽ ഭക്ഷ്യസുരക്ഷിതത്വപ്രശ്നവും തുടർന്നുള്ള ഇറക്കുമതി തീരുമാനവും ആസൂത്രണ കമ്മീഷനെ കാർഷികമേഖലയുടെ പ്രാധാന്യത്തിന് കൂടുതൽ ഊന്നൽ നൽകാൻ പ്രേരിപ്പിച്ചു (Economic planning would be a failure unless agricultural production is increased rapidly - Planning Commission).

1970–കളുടെ ആരംഭത്തിൽ (നാലാം പഞ്ചവത്സരപദ്ധതിയുടെ ആരംഭത്തിൽ) ശാസ്ത്രസാങ്കേതിക മികവിന്റെ അകമ്പടിയോടെ കാർഷികോൽപ്പാദനവും ഉൽപ്പാദനക്ഷമതയും വർദ്ധിപ്പിക്കാൻ ഊർജ്ജിതശ്രമം ആരംഭിച്ചു. ഒപ്പം 1965–66 ൽ ആരംഭിച്ച ഹരിതവിപ്ലവത്തിന്റെ ഗുണഫലങ്ങൾ നിലനിർത്തുന്നതിലും ഊന്നൽ നൽകി.

എഴുപതുകളിൽ പ്രതീക്ഷിച്ചത്ര ഉൽപ്പാദനവർദ്ധനവും വളർച്ചാനിരക്കും കൈവരിക്കാൻ കഴിഞ്ഞില്ലെങ്കിലും ഊർജ്ജിത കാർഷിക വികസനപദ്ധതി (IADP) കാർഷികമേഖലയിൽ ആവിഷ്കരിക്കാനും ഗോതമ്പിന്റെ ഉൽപ്പാദനത്തിൽ ഒരു മുന്നേറ്റം കാണാനും കഴിഞ്ഞു (ഭക്ഷ്യധാന്യ ഉൽപ്പാദനം നാലാം പദ്ധതിയിൽ 104 മില്യൻ ടണ്ണും അഞ്ചാം

പട്ടിക – 5

1951 മുതലുള്ള കാർഷികമേഖലയുടെ വളർച്ച

കാലഘട്ടം	കാർഷിക അനുബന്ധ മേഖലകൾ വളർച്ചാ നിരക്ക് (%)	ആഭ്യന്തര ഉൽപ്പാദനം (GDP %)
1951–61	3.3	3.8
1961–71	2.2	3.7
1971–81	1.7	3.3
1981–91	3.9	5.7
1991–01	2.8	6.7

അവലംബം: *സാമ്പത്തിക സർവ്വേ : 2005–2006*

പദ്ധതിയിൽ 132 മില്യൻ ടണ്ണും ആയിരുന്നു). എന്നാൽ ആറാം പദ്ധതിയുടെ (1980–85) വിജയം ഒരു പരിധിവരെ കാർഷികമേഖലയിലെ തിളക്കമാർന്ന വളർച്ചകൊണ്ടായിരുന്നു (4.3%). ഭക്ഷ്യധാന്യ ഉൽപ്പാദനം ഈ കാലയളവിൽ റെക്കോഡ് നിലവാരം രേഖപ്പെടുത്തി (152 മില്യൻ ടൺ). ഈ പ്രകടനത്തെ *രണ്ടാം ഹരിതവിപ്ലവ*മെന്ന് ഗവണ്മെന്റ് ഉദ്ഘോഷിച്ചു. (ഉൽപ്പാദന ഉപാധികളുടെയും കർഷകർക്ക് ലഭ്യമാക്കിയ സേവനങ്ങളുടെയും മെച്ചപ്പെട്ട മേൽനോട്ടത്തിന്റെയും ഗുണഫലം.) ഒന്നാം ഹരിതവിപ്ലവത്തിൽനിന്നും (green revolution 1965–66) വ്യത്യസ്തമായി പഞ്ചാബ്, ഹരിയാന പ്രദേശങ്ങളിൽനിന്നും തുടങ്ങി പശ്ചിമ ബംഗാൾ, ബീഹാർ, ഒറീസ, മധ്യപ്രദേശ്, ഉത്തർപ്രദേശ് എന്നീ സംസ്ഥാനങ്ങളിൽക്കൂടി മെച്ചപ്പെട്ട കാർഷികോൽപ്പാദനം ഉണ്ടാക്കാൻ കഴിഞ്ഞു. ഈ കാലയളവിൽത്തന്നെ ഇന്ത്യ ഒരു ഭക്ഷ്യ സ്വയംപര്യാപ്ത രാഷ്ട്രമാവുകയും ചെയ്തു. ഏഴാം പദ്ധതിക്കാലത്തും ഒരു പരിധിവരെ കാർഷിക ഉൽപ്പാദനം വർദ്ധിപ്പിക്കാൻ കഴിഞ്ഞു. 80 കളിലെ കാർഷിക വളർച്ചാനിരക്ക് (3.9%) നാളിതുവരെ മറികടക്കാൻ കഴിഞ്ഞിട്ടില്ല. ഭക്ഷ്യസുരക്ഷിതത്വം വീണ്ടും ഒരു വെല്ലുവിളിയായി ഇന്ത്യൻ സമൂഹത്തിൽ ചർച്ചചെയ്യുന്ന ഈ വേളയിൽ കാർഷികമേഖല ഒരു തകർച്ചയെ അഭിമുഖീകരിക്കുന്നതായി കാണാം.

വ്യാവസായിക മേഖല

ഇന്ത്യയുടെ വികസനചരിത്രത്തിൽ വ്യാവസായിക മേഖല വലിയ പങ്കാണ് നിർവ്വഹിക്കുന്നത്. അടിസ്ഥാന വ്യവസായശൃംഖലകളുടെ വികാസവും പൊതുമേഖലയുടെ വ്യാപനവും സമ്മിശ്ര സമ്പദ്‌വ്യവസ്ഥയുടെ സ്ഥിരീകരണവും കാലാകാലങ്ങളിൽ ഇന്ത്യാഗവണ്മെന്റ് ആവിഷ്കരിച്ച നയസമീപനങ്ങളിലൂടെയാണ് (IPR, 1948, 1956) സാധ്യമായത്. ഇന്ന്

ലോകരാജ്യങ്ങളുടെ ഇടയിൽത്തന്നെ വ്യാവസായിക ഉൽപ്പാദനത്തിൽ ഇന്ത്യ വളരെ മുന്നിലാണ് (10–ാം സ്ഥാനം). ഇന്ത്യ വിപുലവും വൈവിധ്യം നിറഞ്ഞതുമായ ഉപഭോക്തൃ, ഇന്റർമീഡിയറി മൂലധന ഉൽപ്പാദന വ്യവസായ സംരംഭങ്ങളുടെ ശൃംഖലയാണ് കാഴ്ചവയ്ക്കുന്നത്. ഇത് നമ്മുടെ കയറ്റുമതിയുടെ ഉൽപ്പന്നഘടനയിലും ദൃശ്യമാണ് (കാർഷികോൽപ്പന്നങ്ങൾക്കു പകരം വ്യാവസായിക ഉൽപ്പന്നങ്ങൾ, നിർമ്മാണോൽപ്പന്നങ്ങൾ മുതലായവ).

ഇന്ത്യയുടെ വ്യാവസായികവൽക്കരണത്തിന് യഥാർത്ഥത്തിൽ 1956–ലെ വ്യാവസായിക നയപ്രഖ്യാപനത്തോടെ വേഗത കൈവന്നു. 1956–ലെ വ്യവസായനയം പൊതുമേഖലയിലെ വൻകിട വ്യവസായ സംരംഭങ്ങളുടെ വികസനം ലക്ഷ്യമിട്ടു. രണ്ടാം പഞ്ചവത്സരപദ്ധതിയും മൂന്നാം പഞ്ചവത്സരപദ്ധതിയും പ്രധാനമായി ലക്ഷ്യമിട്ടത് സ്ഥാപനഘട്ടത്തിലുള്ള വൻകിട വ്യവസായ പദ്ധതികളുടെ പൂർത്തീകരണവും ഒപ്പം തന്നെ കയറ്റുമതി ലക്ഷ്യമിടുന്നതും ഇറക്കുമതി ഒഴിവാക്കാൻ സഹായിക്കുന്നതുമായ വ്യവസായങ്ങളുടെ (സ്റ്റീൽ, സിമന്റ്, റിഫൈനറീസ്, ഫെർട്ടിലൈസേഴ്സ്) സ്ഥാപനവുമായിരുന്നു. എന്നാൽ നാലാം പഞ്ചവത്സരപദ്ധതിക്കാലത്ത് വ്യാവസായിക വളർച്ചാനിരക്ക് മൂന്നാംപദ്ധതിക്കാലത്തേതിനേക്കാളും (8.22%) താഴ്ന്നതായിരുന്നു (4.4%).

പട്ടിക – 6

പദ്ധതി കാലയളവിലെ വ്യാവസായിക വളർച്ച

കാലയളവ്	വളർച്ചാനിരക്ക്
III (1961–66)	8.22
IV (1969–74)	4.44
V (1974–78)	6.24
VI (1980–85)	5.9
VII (1985–90)	8.5

അവലംബം: സെന്റർ ഫോർ ഇൻഡസ്ട്രിയൽ ആന്റ് ഇക്കണോമിക് റിസർച്ച്, *ഇൻഡസ്ട്രിയൽ ഡാറ്റാബുക്ക്,* 2000–01

നാലാം പദ്ധതിക്കാലത്തെ ഉൽപ്പാദനവളർച്ച കുറയാൻ പ്രധാന കാരണമായത് ഊർജ്ജത്തിന്റെ ദൗർലഭ്യം, ഗതാഗത സൗകര്യക്കുറവ്, അസംസ്കൃത പദാർത്ഥങ്ങളുടെ ദൗർലഭ്യം, മോശപ്പെട്ട വ്യാവസായിക അന്തരീക്ഷവും ബന്ധങ്ങളും തുടങ്ങിയവയാണ്. സാമൂഹ്യനീതി, സ്വാശ്രയത്വം എന്നീ ലക്ഷ്യങ്ങളുടെ അടിസ്ഥാനത്തിൽ അഞ്ചാം പദ്ധതിക്കാലത്ത് കയറ്റുമതി പ്രോത്സാഹിപ്പിക്കുന്ന വൈവിധ്യമാർന്ന ഉൽപ്പന്ന വ്യവസായങ്ങൾക്ക് പ്രാധാന്യം നൽകി (ജനത ഗവ: 1978–80). വ്യവസായ

നയസമീപനങ്ങളിൽ ചെറുകിട വ്യവസായ സംരംഭങ്ങളുടെ വികസനത്തിന് (ancilliary/feeder industries to large scale industries; 124 items) കൂടുതൽ ഊന്നൽ നൽകി. ഈ കാലയളവിൽ തന്നെ സ്വകാര്യമേഖലയിലെ പങ്കാളിത്ത നിയന്ത്രണം എടുത്തുകളയുകയും വിദേശകമ്പനികളുടെ നിക്ഷേപവും പങ്കാളിത്തവും നടപ്പിലാക്കുകയും ചെയ്തു. 1980–ലെ വ്യവസായനയത്തിൽ 'ക്യാപ്പിറ്റൽ ഇന്റൻസീവ്' ആയ വൻകിട വ്യവസായ സംരംഭങ്ങളുടെ ശേഷി വികാസത്തിന് (capacity expansion) അനുമതി നൽകി (cement, paper, sugar, fertilizers). ഇതിനെത്തുടർന്ന് ആറാം പഞ്ചവത്സരപദ്ധതിയിൽ വൻകിട വ്യവസായ സ്ഥാപനങ്ങളോട് ഒരു ഉദാരമനോഭാവം ദൃശ്യമായി. വ്യാവസായിക മേഖലയിൽ ഒരു പുത്തൻ ഉണർവ് സൃഷ്ടിക്കുന്നതായിരുന്നു ഏഴാം പദ്ധതിക്കാലം. ഊർജ്ജമേഖലയുടെ ആധുനികവൽക്കരണത്തിലും സാങ്കേതിക മികവിലും ഉൽപ്പാദനക്ഷമതാ വർദ്ധനവിലും മാറുന്ന കാലത്തിന്റെ പ്രതീക്ഷയായ പുത്തൻ വ്യവസായങ്ങളുടെ (telecommunications, computers, micro electronic, bio-technology etc.) പ്രാദേശിക സന്തുലിത വികസനത്തിനും ഊന്നൽ നൽകുന്ന ഒരു വ്യാവസായിക തന്ത്രമായിരുന്നു ഈ കാലയളവിൽ ഇന്ത്യ ആവിഷ്കരിച്ചത്. നാളിതുവരെ ലഭിച്ചതിൽ ഏറ്റവും വലിയ വളർച്ചാനിരക്കും (8.5%) 80–കളുടെ അവസാനം വ്യവസായമേഖല കാഴ്ച വച്ചു. ചുരുക്കത്തിൽ 70–കളും 80–കളും ഇന്ത്യൻ വ്യവസായ പുരോഗതിയുടെ ഗതിമാറ്റങ്ങൾക്ക് സാക്ഷ്യംവഹിച്ച കാലയളവാണ്.

സേവനമേഖല

വികസ്വര സമ്പദ്വ്യവസ്ഥയുടെ ഏറ്റവും ചടുലമായ (volatile) മേഖലയാണ് അതിന്റെ സേവനമേഖല (വിദേശ വ്യാപാരം, ധനസ്ഥാപനങ്ങൾ, ഇൻഷ്വറൻസ്, വാർത്താവിനിമയം മറ്റു സേവനമേഖലകൾ). ഇന്ത്യൻ സമ്പദ്വ്യവസ്ഥയിൽ സേവനമേഖലയുടെ മുന്നേറ്റം പ്രകടമാണ് (ദേശീയ വരുമാന സ്രോതസ്സിലും തൊഴിൽ ഘടനയിലും).

ആസൂത്രണം ആരംഭിച്ച നാൾമുതൽ ഇന്ത്യൻ വ്യാപാരരംഗത്തിന്റെ ഘടന, മൂല്യം, ദിശ എന്നിവ സമൂലമായ മാറ്റങ്ങൾക്ക് വിധേയമായിട്ടുണ്ട്. ആസൂത്രണത്തിന്റെ ആദ്യ ദശാബ്ദങ്ങളിൽ ഇറക്കുമതിമൂല്യം എല്ലായ്പ്പോഴും കയറ്റുമതി മൂല്യത്തെക്കാൾ കൂടുതലാകുകയും (1971–72, 1976–77 ഉം ഒഴികെ) പ്രതികൂല വിദേശവ്യാപാരമിച്ചം (trade deficit) അനുഭവപ്പെടുകയുമാണ് ഉണ്ടായിട്ടുള്ളത്. 50–കളെയും 60–കളെയും അപേക്ഷിച്ച് ഏറ്റവും കൂടുതൽ ഇറക്കുമതിമൂല്യം വർദ്ധിച്ചത് 70കളിലായിരുന്നു (വർദ്ധിച്ച എണ്ണവില). അതായത് 500 ശതമാനം വർദ്ധനവ്. 1973–ലും 1977–ലും അന്താരാഷ്ട്ര വിപണിയിലുണ്ടായ 'ഓയിൽ ഷോക്ക്' ഇന്ത്യയുടെ ബാലൻസ് ഓഫ് പേയ്മെന്റിൽ കാര്യമായ വിള്ളൽ സൃഷ്ടിച്ചിരുന്നു. എന്നാൽ 80–കളിൽ ആഭ്യന്തര എണ്ണയുൽപ്പാദനം ആരംഭിച്ചതുമുതൽ ഇറക്കുമതിയിൽ നേരിയ കുറവനുഭവപ്പെട്ടു.

കയറ്റുമതി രംഗത്തും 50–കളിലും 60–കളിലും ഗണ്യമായ മൂല്യ വർദ്ധനയുണ്ടായില്ല (600 കോടിക്കും 1400 കോടിക്കുമിടയിൽ). എന്നാൽ 70–കളിൽ കയറ്റുമതി തോതിലും അതിൽനിന്നുള്ള വരുമാനത്തിലും ഗണ്യമായ മുന്നേറ്റം അനുഭവപ്പെട്ടു (പ്രത്യേകിച്ചും ആഭരണങ്ങൾ, റെഡി മെയ്ഡ് തുണിത്തരങ്ങൾ, എഞ്ചിനീയറിംഗ് ഉരുപ്പടികൾ, കെമിക്കലുകൾ, ലെതർ ഉൽപ്പന്നങ്ങൾ ഇവയുടെ കയറ്റുമതി). എന്നാൽ 80–കളുടെ ആദ്യ പാദത്തിൽ കയറ്റുമതിയിൽ നേരിയ കുറവ് അനുഭവപ്പെട്ടു (വിദേശ ആവ ശ്യകതയിലുള്ള കുറവ്, മറ്റു രാജ്യങ്ങളുടെ ഇറക്കുമതി സംരക്ഷണ നട പടികൾ, യു എസ് ഡോളറിന്റെ മൂല്യച്യുതി എന്നിവ മൂലം). 1980–ക ളിൽ കയറ്റുമതി പ്രോത്സാഹിപ്പിക്കുന്ന നയസമീപനങ്ങൾ (liberalisation in import control, tariff, FERA, incentives for exports, tax exceptions) മൂലം കയറ്റുമതിയുടെ മൂല്യത്തിലും അളവിലും ഗണ്യമായ വർദ്ധ നവുണ്ടാക്കാൻ കഴിഞ്ഞു. എന്നാലും 70–കളിലും 80–കളിലും ലോക കയറ്റുമതി മേഖലയിൽ ഇന്ത്യയുടെ പങ്ക് അപ്രധാനമായ അനുപാത ത്തിൽ ആയിരുന്നു (0.4% – 0.6%).

ധനകാര്യസ്ഥാപനങ്ങളുടെ പ്രവർത്തനവും അവയുടെ വ്യവസ്ഥി തികളിലുണ്ടായ നയപരമായ മാറ്റങ്ങളും രാജ്യത്തിന്റെ സേവന–നിക്ഷേപ പ്രക്രിയകളുടെ പുരോഗമനത്തിനും അതിലൂടെയുള്ള സാമ്പത്തിക വിക സനത്തിനും സഹായകമായിട്ടുണ്ട്. പൊതുമേഖലാടിസ്ഥിത വികസന നയത്തിന്റെ ഭാഗമായി 14 വാണിജ്യബാങ്കുകളുടെ ദേശസാൽക്കരണം 1969–ൽ നടന്നത് ഇന്ത്യയുടെ ബാങ്കിംഗ് ചരിത്രത്തിൽ ശ്രദ്ധേയമായ സംഭ വമാണ് (1980–ൽ 6 ബാങ്കുകൾകൂടി ദേശസാൽക്കരിക്കപ്പെട്ടു). ഇതിന്റെ വെളിച്ചത്തിൽ ഗ്രാമഗ്രാമാന്തരങ്ങളിൽ നൂതന ദേശസാൽക്കൃത ബാങ്കു കളുടെ ബ്രാഞ്ചുകൾ നിലവിൽ വന്നു. അവ പൊതുജനങ്ങളുടെയിടയിൽ നിക്ഷേപശീലവും വായ്പാലഭ്യതയും ഉറപ്പുവരുത്തി. സാമൂഹ്യ ലക്ഷ്യ ങ്ങൾ കൈവരിക്കുന്നതിനുവേണ്ടി നിലകൊണ്ടിരുന്ന ദേശസാൽക്കൃത ബാങ്കുകൾ ലാഭം സൃഷ്ടിക്കുന്നതിലും കാര്യക്ഷമത നിലനിർത്തുന്ന തിലും പിന്നോട്ടുപോയി എന്ന ആക്ഷേപം 1980–കളിൽ വളരെ ശക്തമാ യിരുന്നു (*Chakravarty Committee Report*, 1985). കാർഷികമേഖല യുടെ ഉന്നമനത്തിനായി പരോക്ഷ സാമ്പത്തികവായ്പ ലഭ്യമാക്കുന്ന തിനുവേണ്ടി NABARD 1982–ൽ നിലവിൽ വന്നു. ഗ്രാമീണ മേഖലയു ടെയും കാർഷിക മേഖലയുടെയും അസംഘടിത മേഖലയിൽ ബാങ്കിംഗ് ശീലം വളർത്താൻ ഈ കാലയളവിൽ സഹകരണബാങ്കുകളുടെ പ്രവർത്തനം ശക്തമായി നിലകൊണ്ടു. എന്നാൽ ചക്രവർത്തി കമ്മിറ്റി റിപ്പോർട്ട് (1985) നടപ്പിലാക്കുന്നതിനുപകരം 1991–ൽ എം നരസിംഹം കമ്മിറ്റിയെ നിയമിക്കുകയും തുടർന്ന് രണ്ടുഘട്ടങ്ങളിലായി റിപ്പോർട്ട് (1991, 1998) ലഭ്യമാക്കുകയും അത് ഇന്ത്യൻ ബാങ്കിംഗ് മേഖലയിൽ സമൂ ലമായ മാറ്റത്തിന് വഴിയൊരുക്കുകയും ചെയ്തു.

പശ്ചാത്തല വികസനം:

പശ്ചാത്തല വികസനം എന്നതുകൊണ്ട് പലപ്പോഴും അർത്ഥമാക്കുന്നത് (economic & social overhead development) രാജ്യത്തിന്റെ ഊർജ്ജം, ജലസേചനം, ഗതാഗതം, വാർത്താവിനിമയം, ധനകാര്യപ്രവർത്തനം, ഇൻഷുറൻസ്, ശാസ്ത്രസാങ്കേതിക മേഖല, ആരോഗ്യപരിപാലനം, വിദ്യാഭ്യാസം എന്നിവയുടെ സമഗ്രമായ മുന്നേറ്റത്തെയാണ്. ഊർജ്ജത്തിന്റെ പ്രധാന ഉറവിടങ്ങളായ കൽക്കരിയുടെയും എണ്ണയുടെയും (crude oil) വൈദ്യുതിയുടെയും ഉൽപ്പാദനവർദ്ധന 1950–കൾ മുതൽ ലക്ഷ്യമിട്ടിരുന്നെങ്കിലും 1973–ലെയും 1983–ലെയും ഊർജ്ജപ്രതിസന്ധി (OPEC രാഷ്ട്രങ്ങൾ എണ്ണയുടെ വില വർദ്ധിപ്പിച്ചു) ഇന്ത്യയുടെ ആഭ്യന്തര എണ്ണഉൽപ്പാദനരംഗത്തെ സജീവമാക്കാൻ പ്രേരിപ്പിച്ചു. അതുപോലെതന്നെ വൈദ്യുതി ഉൽപ്പാദനം (hydro electric power & thermal power) ഈ കാലയളവിൽ വർദ്ധിച്ചു. എന്നാൽ 70–കളിലെയും 80–കളിലെയും പഞ്ചവത്സരപദ്ധതികൾ വിഭാവനം ചെയ്തതല്ലാതെ ആഭ്യന്തര ഉൽപ്പാദനം വർദ്ധിപ്പിക്കാൻ കഴിഞ്ഞില്ല. അതേസമയം ആറാം പദ്ധതിക്കാലത്ത് (1980–85) ഊർജ്ജ ഉൽപ്പാദനത്തിന് മുന്തിയ പരിഗണന നൽകുകയും രാജ്യത്തിന്റെ ആഭ്യന്തര ഉൽപ്പാദനം 14,230 മെഗാ വാട്ട് ആയി വർദ്ധിപ്പിക്കുകയും ചെയ്തു.

ഗതാഗതസൗകര്യ വികസനത്തിലും (Railway, Road, Shipping, Civil aviation) ശ്രദ്ധേയമായ മാറ്റങ്ങൾ 1970–കളിലും 1980–കളിലും ഇന്ത്യക്ക് കൈവരിക്കാൻ കഴിഞ്ഞു. ഈ കാലയളവിൽ റയിൽവേയിൽ Rail Road Co-ordination മുൻതൂക്കം നൽകി. 1970–കളിൽ നഷ്ടത്തിൽ പ്രവർത്തിച്ചിരുന്ന റയിൽ ഗതാഗതം 1980–കളുടെ മധ്യത്തോടെ മിച്ചവരുമാനമുണ്ടാക്കാൻ തുടങ്ങി. 1970–ൽ 59800000 കിലോമീറ്റർ 'റൂട്ട് ലെംഗ്ത്' ഉണ്ടായിരുന്ന റെയിൽവേ 2004–05–ൽ 63500000 കിലോമീറ്റർ ആക്കി വർദ്ധിപ്പിച്ചു.

റോഡ് ഗതാഗതത്തിൽ (National, State, district and rural roads) വൻ മുന്നേറ്റം 70–കളിലും 80–കളിലുമുണ്ടായി. 80 ശതമാനത്തോളം യാത്രകളും 60 ശതമാനത്തോളം ചരക്ക് കൈമാറ്റവും റോഡ് മാർഗ്ഗമാണ് ഇന്ത്യയിൽ നടക്കുന്നത്. ഇന്ത്യയിൽ റോഡുകളുടെ നീളം 400000 കിലോമീറ്റർ (1971) ആയിരുന്നത് 1420000 കിലോമീറ്റർ (2004–05) ആയി വർദ്ധിച്ചതായി രേഖപ്പെടുത്തിയിരിക്കുന്നു. അതേപോലെതന്നെ ഉൾനാടൻ ജലഗതാഗതവും കപ്പൽ ഗതാഗതവും ഈ കാലയളവിൽ വികാസം പ്രാപിച്ചു. ചരക്ക് വ്യാപാരരംഗത്ത് Indian shipping–ന് നിർണ്ണായകസ്ഥാനം ഉണ്ടാക്കാൻ കഴിഞ്ഞിട്ടുണ്ട് (ഉദാ: 1970–കളിൽ 3.7 million GRT).

വ്യോമഗതാഗതരംഗത്ത് പുതിയ കാൽവയ്പുകൾക്ക് ഈ കാലയളവ് സാക്ഷ്യം വഹിച്ചു. ആഭ്യന്തരഗതാഗതം ഈ കാലയളവിൽ 10 ശതമാനം കണ്ട് വാർഷിക വർദ്ധനവ് രേഖപ്പെടുത്തി. എന്നാൽ അന്താരാഷ്ട്രഗതാഗതരംഗത്ത് 12.4 ശതമാനം ആയിരുന്നു വർദ്ധനവ്.

ശാസ്ത്രസാങ്കേതിക വികാസം ഒരു രാജ്യത്തിന്റെ വികസന കുതിപ്പിന് അത്യന്താപേക്ഷിതമാണെന്ന തിരിച്ചറിവ് ആസൂത്രണത്തിന്റെ പ്രാരംഭഘട്ടങ്ങളിൽത്തന്നെ പരക്കെ അംഗീകരിക്കപ്പെട്ടിരുന്നു (ISRO, CSIR, ICAR, BARC). കാർഷിക വ്യാവസായിക മേഖലയിൽ ഗവേഷണത്തിന്റെയും വികസനത്തിന്റെയും (R&D) വ്യാപനത്തിന് സ്വകാര്യ പൊതുമേഖല സംരംഭങ്ങൾ കൂട്ടായി അണിനിരക്കുന്നത് കാണാമായിരുന്നു.

സേവനമേഖലയുടെ വിവിധ തലങ്ങളിൽ ഗണനീയമായ മാറ്റങ്ങൾക്ക് 70കളും 80കളും സാക്ഷ്യം വഹിച്ചു. 1990–കളിലെയും 21–ാം നൂറ്റാണ്ടിന്റെ പ്രാരംഭഘട്ടത്തിലെയും സേവനമേഖലയുടെ കുതിപ്പിന് ഒരുപരിധിവരെ 70കളിലെയും 80കളിലെയും നയരൂപീകരണങ്ങൾ സഹായിച്ചുവെന്ന് പറയാം.

70കളിലെയും 80കളിലെയും ഇന്ത്യയുടെ വികസനപാത വിലയിരുത്തുമ്പോൾ ചില പുത്തൻ ചിന്തകളും തിരുത്തലുകളും ശാക്തീകരണങ്ങളും നമ്മുടെ ആസൂത്രണപ്രക്രിയയിൽ കടന്നുകൂടിയെന്ന് മനസ്സിലാക്കാം. സ്ഥൂല വികസനം (macro development) ദാരിദ്ര്യവും തൊഴിലില്ലായ്മയും പരിഹരിക്കുകയില്ലെന്നും (failure of *trickle down theory*) 'ഹിന്ദു വളർച്ചാനിരക്ക്' അതിജീവിക്കാവുന്നതാണെന്നും ഉൽപ്പാദന, വ്യാപാരരംഗത്ത് കൂടുതൽ സ്വകാര്യ വിദേശ മൂലധനപങ്കാളിത്തം ആവശ്യമാണെന്നും (import liberalisation, private investment, foreign capital investment) ശാസ്ത്രസാങ്കേതിക മികവ് കാർഷിക വ്യാവസായിക വികസനത്തിന് അത്യന്താപേക്ഷിതമെന്നും ഭക്ഷ്യ സ്വയംപര്യാപ്തത കൈവെടിഞ്ഞും ആഗോള കമ്പോളത്തിൽ മത്സരത്തിന് തയ്യാറെടുക്കണമെന്നും അതിനായി സംരക്ഷിത വ്യവസായനയം ഇല്ലാതാക്കണമെന്നും അതിനനുസരിച്ചുള്ള വ്യാവസായിക നയമാറ്റം ആവശ്യമാണെന്നുമുള്ള സന്ദേശം 1970കളും പ്രത്യേകിച്ച് 1980കളുടെ അവസാനത്തോടെ (IPR 1980, 1986 GATT agreement) നമുക്ക് നൽകി. തീർച്ചയായും 80കളിൽ ഇന്ത്യയിൽ ആഗോളവൽക്കരണത്തിന്റെയും സ്വകാര്യവൽക്കരണത്തിന്റെയും ഉദാരവൽക്കരണത്തിന്റെയും തുടർന്നുള്ള കമ്പോള വ്യവസ്ഥിതിയുടെയും മുന്നൊരുക്കം നടന്നുവെന്നും സമ്പദ്‌വ്യവസ്ഥയെ അതിലേക്ക് പരുവപ്പെടുത്തിയെന്നും മനസ്സിലാക്കാം.

ആഗോളീകരണത്തിന്റെ മുന്നൊരുക്കം

പഞ്ചവത്സരപദ്ധതികളിലൂടെയും പൊതുമേഖലയുടെ പ്രാധാന്യത്തിലൂന്നിക്കൊണ്ടുള്ള വികസനക്രമത്തിലൂടെയും അടിസ്ഥാന വ്യവസായങ്ങൾക്ക് ഗണ്യമായ പുരോഗതി കൈവരിക്കാൻ കഴിഞ്ഞു. എന്നാൽ ദാരിദ്ര്യനിർമ്മാർജ്ജനം, സാക്ഷരത, പൊതുജനാരോഗ്യം, തൊഴിൽ ലഭ്യത, പശ്ചാത്തല സൗകര്യ വികസനം എന്നിവയിൽ പൂർവ്വേഷ്യൻ രാജ്യങ്ങളുമായി തട്ടിച്ചുനോക്കുമ്പോൾ ഇന്ത്യക്ക് ഗണ്യമായ പുരോഗതി കൈവ

നരസിംഹറാവു

രിക്കാൻ കഴിഞ്ഞിട്ടില്ല. ഇത്തരം പരിതഃസ്ഥിതിയിൽ വികസന നയതന്ത്ര സമീപനത്തിൽ കാതലായ മാറ്റം വേണമെന്ന ആശയഗതി ഇന്ത്യയിൽ ശക്തിപ്രാപിച്ചു. സ്വകാര്യമേഖലയ്ക്ക് മുൻതൂക്കമുള്ള സ്വതന്ത്ര വിപണി അടിസ്ഥിത സമ്പദ്വ്യവസ്ഥയിലേക്കുള്ള ചുവടുമാറ്റം പല തലങ്ങളിൽ ദൃശ്യമായി. തൊണ്ണൂറുകളുടെ ആരംഭത്തിൽ അന്നത്തെ പ്രധാനമന്ത്രിയായിരുന്ന ശ്രീ പി വി നരസിംഹറാവുവും ധനമന്ത്രി ഡോ: മൻമോഹൻ സിംഗും ആണ് പുതിയ സാമ്പത്തികനയം (Rao-ManMohan Model) ഇന്ത്യയിൽ ആവിഷ്കരിച്ചത്.

ഇന്ന് ലോക വാണിജ്യകരാറിലെ (GATT (1948-1994), WTO 1995) നിയമങ്ങൾക്ക് വിധേയമായി ഏതുരാജ്യത്തു നിന്നുമുള്ള ഭൗതിക, മൂലധന, സാങ്കേതിക, വിവരവിജ്ഞാന സേവന ഉരുപ്പടികൾക്ക് നമ്മുടെ ആഭ്യന്തരവിപണി മലർക്കെ തുറക്കാൻ നിർബന്ധിതമായിരിക്കുന്നു. ആഗോളവിപണിയിലെ ഏതു ചലനവും നമ്മുടെ വിപണിയെ ബാധിക്കുന്നു എന്ന യാഥാർത്ഥ്യം നമ്മൾ തിരിച്ചറിയുന്നു. ഇത്തരത്തിലൊരു സാമ്പത്തിക നയക്രമത്തിന്റെ ആഗമനം ഇന്ത്യയിലുണ്ടായത് തൊണ്ണൂറുകളുടെ ആരംഭത്തിലാണെന്ന് (1991-ലെ New Economic Policy) ഔദ്യോഗികമായി രേഖപ്പെടുത്തുന്നു. എന്നാൽ ഇത്തരത്തിലൊരു വികസനക്രമത്തിലേക്കുള്ള ചുവടുമാറ്റത്തിന്റെ സൂചനകൾ വളരെ നാളുകൾക്ക് മുൻപ് ഇന്ത്യയുടെ നയസമീപനങ്ങളിലും രാജ്യം ഏർപ്പെട്ടിട്ടുള്ള കരാറുകളുടെ ഉള്ളടക്കങ്ങളിലും അന്തർലീനമായിട്ടുണ്ടെന്ന് കാണാം. ഈ സന്ദർഭത്തിലുയർന്നുവരുന്ന ചോദ്യമിതാണ്: "1990-കൾക്ക് മുമ്പ്, വിശിഷ്യാ 70കളിലും 80കളിലും കാർഷിക വ്യവസായ സേവന വ്യാപാര രംഗത്ത് കൊണ്ടുവന്നിട്ടുള്ള നയസമീപനങ്ങളും വ്യതിയാനങ്ങളും പുത്തൻ സാമ്പത്തിക നയത്തിന്റെ (NEP, 1991) മുന്നൊരുക്കമായിരുന്നുവോ? ഇത്തരത്തിലൊരു വിശകലനത്തിന് മുതിരുമ്പോൾ ഇന്ത്യയുടെ മുൻകാല വികസനക്രമത്തിലേക്ക് ഒരെത്തിനോട്ടം അനിവാര്യമാകുന്നു.

വ്യവസായ നയങ്ങളും ഇന്ത്യൻ സമ്പദ്വ്യവസ്ഥയും

ഏതൊരു രാജ്യത്തിന്റെയും വികസനക്രമത്തെയും ദിശയെയും രൂപപ്പെടുത്തുന്നതിൽ ആ രാജ്യം പിൻതുടർന്നുവരുന്ന വ്യവസായനയത്തിന് ഗണ്യമായ പങ്കാണുള്ളത്. ഒരു സമ്മിശ്ര സമ്പദ്വ്യവസ്ഥയായി (mixed economy) ഇന്ത്യയെ ഔദ്യോഗികമായി പ്രഖ്യാപിച്ചത് 1948-ലെ

വ്യവസായ നയസമീപനമാണ്. അതായത് സ്വകാര്യ പൊതുമേഖലകളുടെ സഹവർത്തിത്വത്തിലുള്ള വികസനക്രമം. ഒരു സ്ഥിതിസമത്വ സമ്പദ് വ്യവസ്ഥ കൈവരിക്കുന്നതായിരിക്കണം (socialistic pattern of economy) സാമൂഹ്യ സാമ്പത്തിക നയലക്ഷ്യമെന്ന് 1956–ലെ വ്യാവസായിക നയരേഖ ഊന്നിപ്പറയുന്നു. വികസന പ്രക്രിയയിൽ 'state'–ന്റെ പങ്കിന് സ്വകാര്യമേഖലയെക്കാൾ മുൻതൂക്കം നൽകുന്നു. ഒരു ക്ഷേമരാഷ്ട്രം കെട്ടിപ്പടുക്കുന്നതിന് സ്റ്റേറ്റ് നേതൃത്വം നൽകണമെന്ന് ഈ നയം വിഭാവനം ചെയ്തു. അടിസ്ഥാന വ്യവസായ ശൃംഖലയുടെ (Commanding heights/Basic & key industries) വികസനത്തിന്റെ നേതൃത്വം 'state'–ൽ അർപ്പിച്ചുകൊണ്ടായിരുന്നു നയപ്രഖ്യാപനം. വിദേശ മൂലധനം രാജ്യത്തിന്റെ വികസനത്തിന് ആവശ്യമാണെന്ന് അംഗീകരിക്കുമ്പോഴും രാജ്യത്തിന്റെ താൽപ്പര്യവും സ്റ്റേറ്റിന്റെ ഉടമസ്ഥതയും ഉയർത്തിപ്പിടിക്കണമെന്ന് ഇത് ഉദ്ഘോഷിച്ചു. (വ്യവസായ നയം–1956).

1977–ൽ ജനതാഗവണ്മെന്റ് കൊണ്ടുവന്ന വ്യവസായനയവും പൊതുമേഖലയുടെ പ്രാധാന്യം എടുത്തുപറഞ്ഞു. എന്നാൽ രോഗഗ്രസ്തമായ പൊതുമേഖലാ സംരംഭങ്ങളെ (sick units) പ്രത്യേക പരിശോധനയ്ക്കും നിയന്ത്രണത്തിനും വിധേയമാക്കണമെന്ന പരാമർശം അതിലുണ്ടായിരുന്നു. അതേപോലെ നൂറുശതമാനവും കയറ്റുമതിയിൽ ഊന്നുന്ന വ്യവസായ സംരംഭത്തിന് വിദേശ കമ്പനി ഉടമസ്ഥാവകാശം ആകാം എന്ന് വിവക്ഷിക്കുന്നു. എന്നിരുന്നാലും ആത്യന്തികമായി ജനതാഗവണ്മെന്റിന്റെ 1977–ലെ വ്യവസായനയം ചെറുകിട കുടിൽ വ്യവസായങ്ങൾക്ക് ഊന്നൽ നൽകുന്നതും വൻകിട ബഹുരാഷ്ട്ര കുത്തകകളുടെ ആധിപത്യം നിരുത്സാഹപ്പെടുത്തുന്നതുമാണ്. എന്നാൽ ഈ നയസമീപനങ്ങൾ നടപ്പിലാക്കുന്നതിന് മുൻപ് ജനതാസർക്കാർ നിലംപൊത്തി.

ആഗോളവൽക്കരണ, ഉദാരവൽക്കരണ, സ്വകാര്യവൽക്കരണ നയസമീപനങ്ങളുടെ മുന്നൊരുക്കം യഥാർത്ഥത്തിൽ ആരംഭിച്ചത് 1980–ലെ വ്യവസായനയത്തോടെയാണ്. 1980–ലെ വ്യവസായനയം 1991–ലെ പുത്തൻ വ്യവസായനയത്തിന്റെ ആമുഖക്കുറിപ്പായിരുന്നു. ഇതിന് ഉപോൽബലകമായി എടുത്തുകാട്ടാവുന്നത് 1970കളിലെ പ്രത്യേകിച്ച്, 1980–ലെ ഉദാര വ്യവസായ ലൈസൻസിങ്ങ് സമ്പ്രദായമാണ്. അതിനുപരിയായി, ആധുനികവൽക്കരണത്തിലൂന്നുന്ന ഉദാരമായ 'കപ്പാസിറ്റി' വർദ്ധന (49%), പ്രധാന വ്യവസായങ്ങളെ MRTP/FERA ആക്ടിൽ നിന്നും ഒഴിവാക്കൽ, ബ്രോഡ്ബാൻഡിംഗ് ലൈസൻസിങ് കൊണ്ടുവരൽ എന്നീ നയമാറ്റങ്ങളെല്ലാം *ഇൻഡസ്ട്രീസ് ആക്ട് 1951* പ്രകാരം നിലനിന്നിരുന്ന വ്യവസായ ലൈസൻസിംഗ് സമ്പ്രദായത്തിന് എതിരായിരുന്നു. 1970–ലെ നയം പുതിയ വ്യവസായ ലൈസൻസിങ്ങിലും ഏറെക്കുറെ ഉദാരമായ സമീപനമാണ് വിദേശ കമ്പനികളുടെ പങ്കാളിത്തത്തോട് പുലർത്തിയിരുന്നത്. 1980–ലെ വ്യവസായ നയത്തോടെ

ലൈസൻസിങ്ങിലുണ്ടായ പരിഷ്കാരങ്ങളും FERA MRTP–ആക്ടിലുണ്ടായ മാറ്റങ്ങളും 1991–ലെ പുത്തൻ സാമ്പത്തിക നയങ്ങളുടെ പ്രത്യേകതയായി എടുത്ത് കാട്ടപ്പെടുന്നു. അതായത് ഉദ്യോഗസ്ഥ ദുഷ്പ്രഭുത്വത്തിൽനിന്നും ഇന്ത്യയുടെ വ്യാവസായിക സമ്പദ്വ്യവസ്ഥയെ സ്വതന്ത്രമാക്കുക, ഉദാരവൽക്കരണ വ്യവസായ നയത്തിലൂടെ ആഗോളീകരണം പ്രോത്സാഹിപ്പിക്കുക, പ്രത്യക്ഷ മൂലധന നിക്ഷേപം പ്രോത്സാഹിപ്പിക്കുക, നഷ്ടത്തിലോടുന്ന പൊതുമേഖലയുടെ വ്യാപ്തിയും വലിപ്പവും കുറയ്ക്കുക, അതുവഴി വ്യവസായിക പ്രക്രിയയിൽ 'state'–ന്റെ പങ്ക് കുറയ്ക്കുക എന്നിവയായിരുന്നു നയത്തിന്റെ ലക്ഷ്യങ്ങൾ. ഇതിന്റെ സൂചനകൾ മേൽപ്പറഞ്ഞ 1970–ലെയും വിശിഷ്യ 1980–ലെയും വ്യവസായ ലൈസൻസിംഗ് പോളിസിയിലും വ്യവസായ നയസമീപനങ്ങളിലും കാണാം. അതായത് 1948–ലെയും 1956–ലെയും പ്രഖ്യാപിത സമ്മിശ്ര സമ്പദ്വ്യവസ്ഥയിൽനിന്നുള്ള വ്യക്തമായ ചുവടുമാറ്റം.

ലോകവ്യാപാരകരാറും (World Trade Agreement) ആഗോളീകരണവും

യഥാർത്ഥത്തിൽ പുത്തൻ സാമ്പത്തികനയത്തിന്റെ 'ബ്രാൻഡ് അംബാസഡർ' ആകാൻ കഴിയുന്നത് 1995 ഏപ്രിലിൽ നിലവിൽവന്ന ലോക വ്യാപാര സംഘടനയ്ക്കാണ് (WTO). എന്നാൽ 1995–ലെ WTO കരാറിന് വളരെ മുൻപുതന്നെ അതിന്റെ രൂപരേഖ നിലവിലുണ്ടായിരുന്നു. ഗാട്ടിന്റെ (GATT) അംഗരാജ്യങ്ങളിൽ അതുമായി ബന്ധപ്പെട്ട ചർച്ചകൾ പുരോഗമിക്കുകയും നയസമീപനങ്ങൾ വിഭാവനം ചെയ്യപ്പെടുകയും ചെയ്തിരുന്നു. ഇന്ത്യയുൾപ്പെടെയുള്ള അംഗരാജ്യങ്ങളിലെ ചരക്കുകളുടെ നീക്കം, കൃഷി, ടെക്സ്റ്റൈൽ വ്യവസായം, ബൗദ്ധിക സ്വത്തവകാശം, സേവന മേഖലകൾ എന്നിവയെ സമഗ്രമായി സ്വാധീനിക്കത്തക്ക രീതിയിൽ, 1986 മുതൽ ഉറുഗ്വേ റൗണ്ട് പൂർത്തിയാവുന്ന 1994വരെയുള്ള കാലയളവുകൊണ്ട്, ഗാട്ട് കരാർ (GATT) ഡബ്ല്യു ടി ഒ കരാറായി വിപുലപ്പെടുത്തപ്പെട്ടു.

ഡബ്ല്യുടിഒ ആസ്ഥാനം, ജനീവ

GATT കരാറും ഉറുഗ്വേ റൗണ്ടും ഡങ്കൽ നിർദ്ദേശങ്ങളും

അമേരിക്കയുടെയും മറ്റ് വികസിത മുതലാളിത്ത രാജ്യങ്ങളുടെയും താൽപ്പര്യങ്ങൾക്ക് മുൻതൂക്കം നൽകിയ ഒരു ബഹുകക്ഷി വ്യവഹാര ക്കരാർ ഉണ്ടാക്കുന്നതിനുവേണ്ടിയാണ് 1986–ൽ ഉറുഗ്വേയിൽ എട്ടാംറൗണ്ട് ചർച്ചകൾ ആരംഭിച്ചത്. ഇന്ത്യ ഇത്തരം ചർച്ചകളിൽ സജീവമായിരുന്നു വെന്നോർക്കുക. 'ഗാട്ടി'–ന്റെ ചരിത്രത്തിലാദ്യമായി സാധാരണ വ്യവസാ യമേഖലയുടെ പരിധിക്ക് പുറത്തുള്ള നാല് ഇനങ്ങൾകൂടി ചേർക്കപ്പെട്ടു. സേവന മേഖല, മാതൃകാവകാശം (patent), വിദേശ മൂലധനനിക്ഷേപം (foreign investment), കൃഷി എന്നിവ. ഇതുവരെ നിർമ്മിത വസ്തുക്കളെ (manufactured goods) മാത്രം നിയന്ത്രിച്ചി രുന്ന 'ഗാട്ടി'–ന്റെ ചുമതല യിൽ ഇത്തരം മേഖലകൾ കൂടി ഉൾപ്പെടുത്തി. 1990–ൽ വ്യാപാര ഉടമ്പടി നിർദ്ദേശ ങ്ങൾ (Du-nkel Draft) അംഗ രാജ്യങ്ങളുടെ മുൻപിൽ വ യ്ക്കുകയും കാതലായ മാറ്റം കൂടാതെ ജനീവയിൽവച്ച് അംഗീകരിക്കപ്പെടുകയും ചെയ്തു. കൃഷിക്കും കാർഷികോൽപ്പന്നങ്ങളുടെ കയറ്റുമതിക്കും നൽകുന്ന സബ്സിഡികൾ ആദ്യം കുറയ്ക്കുകയും തുടർന്ന് നിർത്ത ലാക്കുകയും ചെയ്യുക, ക്വോട്ടസമ്പ്രദായത്തിൽ നടക്കുന്ന തുണി–വസ്ത്ര കയറ്റുമതി ഘട്ടംഘട്ടമായി നിർത്തലാക്കുക, വിവിധ രാജ്യങ്ങളിൽ നില വിലുള്ള ഉൽപ്പാദനപ്രക്രിയയുടെ മാതൃകാവകാശത്തിനു പകരം ആഗോ ളമായി ഏകീകൃത സ്വഭാവമുള്ള ഉൽപ്പന്നങ്ങൾക്ക് മാതൃകാവകാശം (product patent) ഏർപ്പെടുത്തുക, സസ്യസമ്പത്തിനെയും മനുഷ്യനൊ ഴികെയുള്ള ജൈവസമ്പത്തിനെയും മാതൃകാവകാശനിയമത്തിൻ കീഴിൽ കൊണ്ടുവരിക, വിദേശ മൂലധന നിക്ഷേപത്തിന് വികസ്വര രാജ്യ ങ്ങളിൽ നാടൻ വ്യവസായങ്ങൾക്കൊപ്പം സ്ഥാനവും പദവിയും നൽകുക എന്നിവയായിരുന്നു പ്രധാന നിർദ്ദേശങ്ങൾ. ഇന്ത്യയടക്കമുള്ള വികസ്വര രാജ്യങ്ങളുടെ എതിർപ്പുകളെ അവഗണിച്ച് രാഷ്ട്രീയ സാമ്പത്തിക സമ്മർദ്ദങ്ങളുടെ ഫലമായി ഈ കരാറിന് ധാരണയായി.

ഈ ചർച്ചകൾ കൊടുമ്പിരിക്കൊള്ളുമ്പോൾ തന്നെ ഇന്ത്യൻ സമ്പദ് വ്യവസ്ഥ അതിന്റെ സാമ്പത്തിക തകർച്ചയുടെ സൂചനകൾ നൽകിത്തു ടങ്ങിയിരുന്നു. ഉയർന്നുവരുന്ന നാണയപ്പെരുപ്പം ശുഷ്കിച്ച വിദേശ മൂല ധനം, അന്താരാഷ്ട്ര വിപണിയിലെ എണ്ണവില വർദ്ധന, ആഭ്യന്തര ഉൽപ്പാദനത്തിലും വളർച്ചാനിരക്കിലുമുള്ള മുരടിപ്പ്, രാഷ്ട്രീയമായ

അസ്ഥിരത (political instability) ഇവയൊക്കെ ഈ കരാറിൽ ഇന്ത്യയെ ഒപ്പിടാൻ പ്രേരിപ്പിച്ചു.

ഇത്തരം ഒരു കരാറിനു വഴങ്ങിയതോടെ അനൗദ്യോഗികമായി ആഗോളീകരണത്തിൽ ഇന്ത്യ പങ്കാളിയായി. ആകസ്മികതയെന്ന് പറയട്ടെ, ഈ കരാറിന്റെ ചർച്ചകൾ 1980–കളിൽ തുടങ്ങി 90–കളിൽ അവസാനിച്ചു. ഇന്ത്യ അതിന്റെ പുത്തൻ സാമ്പത്തികനയം 1991–ൽ പ്രഖ്യാപിക്കുകയും ചെയ്തു. എന്നാൽ കാർഷിക – പൊതുവിതരണ രംഗങ്ങളിലെ സബ്സിഡി വെട്ടിക്കുറയ്ക്കൽ, ബൗദ്ധിക സ്വത്തവകാശങ്ങൾ, വിദേശ മൂലധന നിയമവ്യവസ്ഥ (TRIMS), സേവന മേഖലയിലെ മാറ്റങ്ങൾ എന്നിവ വികസ്വരരാജ്യങ്ങൾക്ക് അനുകൂലമല്ലെന്ന വാദം ഇന്നും ശക്തമാണ്.

മേൽപ്പറഞ്ഞ വസ്തുതകൾ പരിശോധിക്കുമ്പോൾ പുത്തൻ സാമ്പത്തിക നയപ്രഖ്യാപനത്തിന് (1991) മുൻപുതന്നെ ആഗോളീകരണത്തിന്റെയും ഉദാരവൽക്കരണത്തിന്റെയും സ്വകാര്യവൽക്കരണത്തിന്റെയും കേളികൊട്ട് ഇന്ത്യൻ സമ്പദ്വ്യവസ്ഥയെ മുഖരിതമാക്കിയത് നാം കണ്ടു. 'സ്റ്റേറ്റ്' നയിക്കുന്ന പൊതുമേഖലാടിസ്ഥിത സ്ഥിതിസമത്വ ക്ഷേമ രാഷ്ട്രത്തിന്റെ വികസന പാതയിൽ നിന്നും (1948, 1956 IPR) ലാഭാധിഷ്ഠിത കമ്പോളത്തിലും കോർപ്പറേറ്റ് മൂലധന കമ്പോളത്തിലും അധിഷ്ഠിതമായ പുതിയ 'വികസനക്രമ'ത്തിലേക്കുള്ള ചുവടുമാറ്റം നമുക്കിവിടെ കാണാം. 1980–ലെ വ്യവസായ നയവും ലൈസൻസിങ്ങ് നയവും ലോകവ്യാപാരസംഘടനയിലേക്കുള്ള പ്രയാണവും ഇന്ത്യയുടെ കാർഷിക, വ്യാവസായിക, സേവന, ബൗദ്ധിക, ജൈവമേഖലകളുടെയും തൊഴിൽ, വിദേശ മൂലധന നിക്ഷേപങ്ങളുടെയും തലങ്ങളിൽ ഘടനാപരമായ നയമാറ്റവും ഒരു പുത്തൻ സാമ്പത്തികക്രമത്തിന്റെ ആഗമനം വിളിച്ചറിയിക്കുന്നതായിരുന്നു. അതായത് ഇവയൊക്കെ പുത്തൻ സാമ്പത്തിക നയപ്രഖ്യാപനത്തിന്റെ അനൗദ്യോഗിക മുന്നൊരുക്കം എന്ന് പറയാവുന്നതാണ്.

4

പുത്തൻ സാമ്പത്തികനയം (1991 മുതൽ)

ഡോ. കെ സി ബൈജു

ലോകം ഇന്നൊരു ആഗോള ഗ്രാമമായി ചുരുങ്ങിയിരിക്കുന്നു. അതിനൊത്ത് വികാസം പ്രാപിച്ചതാണ് ആധുനിക ലോകത്തിന്റെ സാമൂഹിക-സാമ്പത്തിക-സാംസ്കാരിക ഭൂമിക. ആധുനിക ശാസ്ത്ര സാങ്കേതിക മുന്നേറ്റം സാമൂഹ്യ സാമ്പത്തിക വ്യവസ്ഥകളെക്കുറിച്ചുള്ള പരമ്പരാഗത സങ്കൽപ്പങ്ങളിൽനിന്ന് വേറിട്ട ഒരു പുനർചിന്തനം അനിവാര്യമാക്കുന്നു. ലോകംതന്നെ ഇന്നൊരു നിശ്ശബ്ദ വിപ്ലവത്തിന്റെ പാതയിലാണ്. അവിടെ പുത്തൻ സംജ്ഞകളുടെ അടിത്തറയിൽ, 'GLIP' (Globalisation, Liberalisation, Privatisation) സ്വതന്ത്രവിപണി സമ്പദ് വ്യവസ്ഥ ശക്തിപ്രാപിക്കുന്നു. വികസിതരാജ്യങ്ങളും പുത്തൻവികസ്വരരാഷ്ട്രങ്ങളും ഒരുപോലെ ഈ വികസന-തന്ത്ര-നയസമീപനങ്ങളുടെ ചംക്രമണത്തിലാണ്. ഇത്തരമൊരു വികസനതന്ത്രത്തിന്റെ ചട്ടക്കൂട് എടുത്തണിയാൻ വികസ്വര രാഷ്ട്രങ്ങളെ പ്രേരിപ്പിച്ചത് ചരിത്ര-രാഷ്ട്രീയ-സാമൂഹിക-സാമ്പത്തിക കാരണങ്ങളാണ്.

ധനതത്ത്വശാസ്ത്ര ചിന്തകളിലൂടെ ഇത്തരമൊരു ഗതിമാറ്റത്തെ വിശകലനം ചെയ്യുമ്പോൾ ക്ലാസിക്കൽ, നിയോക്ലാസിക്കൽ (Classical, Neo classical) ചിന്തകരുടെ 'സ്വതന്ത്ര വിപണി സങ്കൽപ്പം' എല്ലാക്കാലത്തും മുതലാളിത്തത്തിന്റെ അടിസ്ഥാന ചിന്താധാരയായിരുന്നുവെന്ന് കാണാം. എന്നാൽ സ്വതന്ത്ര വിപണിയെന്ന ആശയത്തിൽ ("markets work better with least intervention from the national governments") ചില അപകടങ്ങൾ പതിയിരിപ്പുണ്ടെന്നും സർക്കാരിന്റെ കാലോചിതമായ ഇടപെടലുകൾ ശക്തമായി ഉണ്ടാകണമെന്നും 1930-കളിൽ യൂറോപ്പി

കെയിൻസ്

നെയും അമേരിക്കയെയും വിനാശകരമായി ബാധിച്ച സാമ്പത്തിക തകർച്ച തെളിയിച്ചു (Keynes School). മുതലാളിത്ത സമ്പദ്‌വ്യവസ്ഥ തകരുകയല്ല, ശൈഥില്യത്തിന്റെ സൂചനകളെ(great depression 1929–33) അതിജീവിച്ച് പൂർവ്വാധികം ശക്തിപ്രാപിക്കുകയാണുണ്ടായത്. 1970 കളിലുണ്ടായ ആഗോള നാണയപ്പെരുപ്പവും തുടർന്നുള്ള സാമ്പത്തിക മുരടിപ്പും Keynesian ചിന്തകളെ മറികടന്നുകൊണ്ട് New Classical ചിന്തകരുടെ (Lucas, Sergeant, rational expectation) ആശയങ്ങൾക്ക് കരുത്തേകി. അവർ പൂർവ്വാധികം ശക്തിയോടെ സ്വതന്ത്രവിപണി സമ്പദ്‌വ്യവസ്ഥയ്ക്ക് (Supply side economics) ഊടും പാവും നൽകി. ഒരുപക്ഷേ, ഈ ചിന്താധാരകളാണ് 1980–90കളിൽ യൂറോപ്യൻ രാഷ്ട്രങ്ങളിലും അമേരിക്കയിലും ശക്തിപ്രാപിച്ച് വികസ്വര രാഷ്ട്രങ്ങളിലേക്ക് കടന്നുവന്ന മുതലാളിത്ത വ്യവസ്ഥിതിയുടെ പുതിയ ഭാവമായ 'ആഗോളീകരണ പ്രക്രിയ'.

എൺപതുകളുടെ ഒടുവിലെ സോവിയറ്റ് യൂണിയന്റെ പതനവും പൂർവ്വ യൂറോപ്യൻ കമ്യൂണിസ്റ്റ് രാഷ്ട്രങ്ങളുടെ രാഷ്ട്രീയ സാമ്പത്തിക അസ്ഥിരതയും 'തുറന്ന വിപണി'ക്കനുകൂലമായ ചിന്ത ശക്തിപ്രാപിക്കാനിടയാക്കി. അതേസമയം തുറന്നവിപണി വ്യവസ്ഥയ്ക്കു കീഴിൽ സിംഗപ്പൂർ, മലേഷ്യ, ജപ്പാൻ, ഹോങ്കോങ്, തെക്കൻ കൊറിയ (Asian Tigers) തുടങ്ങിയ പൂർവ്വ ഏഷ്യൻ രാജ്യങ്ങൾക്കുണ്ടായ സാമ്പത്തിക മുന്നേറ്റവും ഇന്ത്യയുൾപ്പെടെയുള്ള വികസ്വര രാജ്യങ്ങളിൽ സ്വതന്ത്ര വ്യാപാര വ്യവസ്ഥയോടും ആഗോളീകരണത്തിനോടും ആഭിമുഖ്യം വളരുവാൻ കാരണമായി.

ആഗോളീകരണം എന്ന പദം വ്യത്യസ്ത അർത്ഥതലങ്ങളിൽ മനസ്സിലാക്കപ്പെടുന്ന ഒന്നാണ്. പരമ്പരാഗതമായ സാമൂഹ്യഘടനയുടെയും സംസ്കാരിക വൈജാത്യങ്ങളുടെയും തനതു ജീവിതഘടനകളുടെയും വിഘടനവും തകർച്ചയുമായി ഒരു കൂട്ടർ ഇതിനെ കാണുന്നു. അതേസമയം വികസിത രാജ്യങ്ങളുടെ സംസ്കാരവും മൂല്യങ്ങളും ശീലങ്ങളും ദരിദ്രരാജ്യങ്ങളിലേക്കുകൂടി വ്യാപിക്കുന്നതായും വികസ്വര സമൂഹങ്ങൾ ഏറിയും കുറഞ്ഞും അവയ്ക്കു കീഴ്പ്പെടുന്നതായും കാണാം. എന്നാൽ സാമ്പത്തികശാസ്ത്രത്തിന്റെ വീക്ഷണകോണിൽക്കൂടി നോ

ജോസഫ് സ്റ്റിഗ്ലിഡ്സ്

ക്കുമ്പോൾ ആഗോളീകരണം അർത്ഥമാക്കുന്നത് എല്ലാ തലത്തിലുമുള്ള ഉൽപ്പാദനോപാധികളുടെ മേലുള്ള നിയന്ത്രണമില്ലായ്മയും രാഷ്ട്രങ്ങൾക്കിടയിൽ അവയുടെ സ്വതന്ത്രമായ വ്യാപനവുമാണ്. ഈ പ്രക്രിയ രാജ്യങ്ങളെ സാമ്പത്തികമായി ഏകോപിപ്പിക്കുകയും അവയ്ക്കിടയിൽ ഭൗതിക, ധന മൂലധന വ്യാപനവും ഉയർന്ന സാങ്കേതികവിദ്യയുടെ പ്രസരണവും തൊഴിൽശക്തിയുടെ കൈമാറ്റവും സാധിതമാക്കുകയും ചെയ്യുന്നു. ചുരുക്കത്തിൽ വ്യത്യസ്ത തലങ്ങളിലുള്ള സുദീർഘങ്ങളായ പ്രക്രിയകളുടെയും സംഭവപരമ്പരകളുടെയും പരസ്പര പൂരകമായ ആകത്തുകയാണ് ആഗോളീകരണംകൊണ്ട് അർത്ഥമാക്കുന്നത്. പ്രശസ്ത സാമ്പത്തിക ശാസ്ത്രജ്ഞനും നോബൽ സമ്മാനാർഹനും ആയ സ്റ്റിഗ്ളിറ്റ്സിന്റെ (2002) അഭിപ്രായത്തിൽ "ഗതാഗത വാർത്താവിനിമയോപാധികൾ ഗണ്യമാംവിധം ചെലവു കുറഞ്ഞതാക്കുകയും ചരക്കുകൾ, സേവനങ്ങൾ, മൂലധനം, അറിവ് എന്നിവയുടെ പ്രവാഹവും ജനങ്ങളുടെ സഞ്ചാരവും കൃത്രിമമായ പ്രതിബന്ധങ്ങളെ ഭേദിച്ച് ശക്തിപ്പെടുത്തുകയും ചെയ്യുന്നതിലൂടെ, രാജ്യങ്ങളെയും ജനതകളെയും കൂടുതൽ അടുപ്പിക്കുന്ന പ്രക്രിയയാണ് ആഗോളീകരണം" (Globalisation is the closer integration of the countries and peoples of the world which has been brought about by the enormous reduction of costs of transportation and communication and the breaking down of artificial barrier to the flow of goods and service, capital knowledge and people across borders).

ആഗോളീകരണ പ്രക്രിയ ആഗോളതലത്തിൽ പ്രചോദനം ഉൾക്കൊണ്ടതും വേഗത കൈവരിച്ചതും ചില സുപ്രധാന സംഭവ പരമ്പരകളുടെ ഫലമായിട്ടാണ് എന്ന് ചൂണ്ടിക്കാണിക്കപ്പെടുന്നു. ഫിക്സഡ് എക്സ്ചേഞ്ച് റേറ്റ് സിസ്റ്റത്തിന്റെ തകർച്ച, യൂറോ ഡോളറിന്റെ ആഗമനം, സാമ്പത്തിക മേഖലകളിലെ ബഹുരാഷ്ട്ര കുത്തകകളുടെ വ്യാപനവും ശാക്തീകരണവും, പൂർവ്വ ഏഷ്യൻ രാഷ്ട്രങ്ങളുടെ സാമ്പത്തിക വളർച്ച, വിവര വിനിമയ വിസ്ഫോടനം എന്നിവ പ്രത്യേക പ്രാധാന്യമർഹിക്കുന്നു (Ameer Batch, 2005).

സ്വതന്ത്ര വിപണിയടിസ്ഥിത സമ്പദ്വ്യവസ്ഥയിലേക്ക് ഇന്ത്യ

പ്രയാണം ആരംഭിച്ചത് 1980–കളിലാണ്. കൃത്യമായി പറഞ്ഞാൽ 1985–ൽ രാജീവ് ഗാന്ധിയുടെ നേതൃത്വത്തിലുള്ള കോൺഗ്രസ് ഗവണ്മെന്റ് അധികാരത്തിൽ വരുമ്പോൾ. അദ്ദേഹം ദേശത്തോടു നടത്തിയ ആദ്യ ആഹ്വാനത്തിൽ ഇത്തരത്തിലുള്ള ഒരു സന്ദേശം നിഴലിച്ചിരുന്നു (The public sector has entered into too many areas where it should not be. We shall open the economy to the private sector in several areas hither to restricted to it). ഇതിനെത്തുടർന്ന് വ്യവസായ സംരംഭങ്ങൾക്ക് ഏർപ്പെടുത്തിയിരുന്ന അനവധി നിയന്ത്രണങ്ങൾ എടുത്തുകളയുകയും അവസരങ്ങൾ തുറന്നുകൊടുക്കുകയും ചെയ്തു (വൻകിട ഉൽപ്പാദക വ്യവസായ സംരംഭങ്ങളുടെ ആസ്തി 20 കോടിയിൽനിന്നും 100 കോടിയായി ഉയർത്തി) 94 മരുന്നുകൾ ലൈസൻസിങ്ങിൽനിന്നും MRTP Act–ൽനിന്നും ഒഴിവാക്കുകയും വിദേശ കമ്പനികളെ ക്ഷണിക്കുകയും ചെയ്തു. ബ്രോഡ് ബാന്റിംഗ് പദ്ധതിയിൽ ഇരുപത്തിയഞ്ചോളം വ്യവസായ സംരംഭങ്ങളെ കൊണ്ടുവന്നത്, ഇതിൻപ്രകാരം ഒരു വൻകിട വ്യവസായ സംരംഭത്തിനുകീഴിൽ ഒരേ ലൈസൻസിൽ വൈവിധ്യമാർന്ന ഒരു കൂട്ടം ഉൽപ്പന്നങ്ങൾ ഉൽപ്പാദിപ്പിക്കാൻ കഴിഞ്ഞത് എന്നിവ മറ്റുദാഹരണങ്ങളാണ്). ഒരുപക്ഷേ, ഇത്തരം പരിഷ്കാരങ്ങളെ ഇന്ത്യയുടെ, ഒന്നാം ഘട്ട ഉദാരവൽക്കരണ – സ്വകാര്യവൽക്കരണ പ്രക്രിയയെന്ന് പരാമർശിക്കാം. എന്നാൽ ഈ പരിഷ്കാരങ്ങൾക്കൊന്നും ശക്തവും അസന്ദിഗ്ദ്ധവുമായ സർക്കാർ പിൻബലം ഉണ്ടായിരുന്നില്ല. മാറ്റം ഔദ്യോഗികമായത് പ്രധാനമന്ത്രി പി വി നരസിംഹറാവുവിന്റെ ഗവണ്മെന്റ് 1991–ൽ നടത്തിയ വ്യാവസായിക നയപ്രഖ്യാപനത്തോടെയാണ്. 1956 മുതൽ നിലവിലിരുന്ന ഇന്ത്യയുടെ പ്രഖ്യാപിത നയസമീപനങ്ങളിൽനിന്നുള്ള പിറകോട്ടുപോക്ക് ഇതോടെ ദൃശ്യമായി. അതിനെത്തുടർന്ന് ആഗോളവൽക്കരണ, ഉദാരവൽക്കരണ, സ്വകാര്യവൽക്കരണ നയങ്ങൾ ഇന്ത്യൻ സാമ്പത്തിക വ്യാവസായിക നയത്തിന്റെ പ്രഖ്യാപിത സ്വഭാവമായിത്തീർന്നു.

പുത്തൻ സാമ്പത്തിക പരിഷ്കാരങ്ങൾ: പശ്ചാത്തലം

മുൻപ് പ്രതിപാദിച്ചതുപോലെ, ആഗോള സാമ്പത്തിക ക്രമങ്ങളിലുള്ള മാറ്റങ്ങളും (failure of fixed exchange rate, Euro dollar, emerging MNCS, Asian tigers, Information and Communication Technology explosion etc) സൈദ്ധാന്തിക അടിത്തറയിലുള്ള ധ്രുവീകരണങ്ങളും (strengthening up of supply side economics in 1980's & 90's) വികസ്വര രാഷ്ട്രങ്ങളുടെ വർദ്ധിച്ചുവരുന്ന വികസന ആവശ്യങ്ങളും പുത്തൻ വ്യാപാര ഉടമ്പടികളും (GATT) മുതലാളിത്ത വികസിത രാഷ്ട്രങ്ങളുടെ പൊതുതാൽപ്പര്യങ്ങളുടെ സമ്മർദ്ദത്തിലേക്ക് വികസ്വര രാജ്യങ്ങളെ അടുപ്പിച്ചു. ഇന്ത്യയെപ്പോലുള്ള വികസ്വര രാജ്യങ്ങളെ സംബന്ധിച്ചിടത്തോളം, അവയുടേതായ രാഷ്ട്രീയ സാമൂഹ്യ സാമ്പത്തിക കാരണങ്ങളും

പുത്തൻ സാമ്പത്തിക പരിഷ്കാരങ്ങൾ ആവിഷ്കരിക്കുന്നതിന് നിർബന്ധിതമാക്കി.

വർദ്ധിച്ചുവന്നിരുന്ന ആഭ്യന്തര ധനകമ്മി (fiscal deficit) പൊതുമേഖലാ സംരംഭങ്ങൾ വർഷംതോറും വരുത്തിയ സാമ്പത്തികനഷ്ടം, വിദേശ വ്യാപാരകമ്മി (Rs 10840 crores in 1985–90), വർദ്ധിച്ചുവന്ന വിദേശകടം (21% of GNP), കുതിച്ചുയർന്ന നാണയപ്പെരുപ്പം (10.3% 90–91, 13.7% 91–92), ഗൾഫ് യുദ്ധം (Kuwait war 1991), അതിനെത്തുടർന്നുണ്ടായ അന്താരാഷ്ട്ര വിപണിയിലെ എണ്ണവില വർദ്ധന, അസാധാരണമായ വിദേശ മൂലധനശേഖരത്തിലുണ്ടായ കുറവ് ($ 1 billion in 1991) തുടർന്നുണ്ടായ അന്താരാഷ്ട്ര ക്രയവിക്രയത്തിലെ വിശ്വാസ്യതയിലുള്ള ഇടിവ് (falling international credit rating) എന്നീ പ്രശ്നങ്ങൾ ഒന്നിനുപുറമേ ഒന്നായി ഇന്ത്യൻ സമ്പദ്വ്യവസ്ഥയിൽ വ്യത്യസ്തവും ആഴത്തിലുള്ളതുമായ സാമ്പത്തിക രാഷ്ട്രീയ സമ്മർദ്ദങ്ങൾ സൃഷ്ടിച്ചു. ഈ പശ്ചാത്തലത്തിൽ അന്താരാഷ്ട്ര നാണയനിധിയെയും ലോകബാങ്കിനെയും (IMF & World bank) സാമ്പത്തിക സഹായത്തിനുവേണ്ടി ഇന്ത്യ സമീപിക്കുകയുണ്ടായി. ലോകബാങ്കിന്റെ റിപ്പോർട്ട് (1990) പ്രകാരം ഇന്ത്യയോട് 20% കണ്ട് ആഭ്യന്തര കറൻസിയുടെ മൂല്യം അമേരിക്കൻ ഡോളറുമായി തട്ടിച്ചു കുറയ്ക്കണമെന്ന് (devaluation) നിർദ്ദേശിച്ചു. അതോടൊപ്പം ഇന്ത്യൻ സമ്പദ്വ്യവസ്ഥയിൽ സ്ഥൂല സാമ്പത്തിക സ്ഥിരീകരണ നടപടികളും (Macro economic stabilisation measures) സമ്പദ്വ്യവസ്ഥയെയും ആഭ്യന്തര കമ്പോളത്തെയും ആഗോള സ്വതന്ത്ര വിപണിയിലേക്കടുപ്പിക്കുന്ന ഘടനാപരമായ നയപരിപാടികളും (structural adjustment programmes) ഇന്ത്യയുടെ ഭാവി വികസനത്തിനുവേണ്ടി നിർദ്ദേശിക്കപ്പെട്ടു (IMF & World bank).

ഏറെ വിവാദങ്ങൾക്കും ചർച്ചകൾക്കും പ്രതികൂല അഭിപ്രായങ്ങൾ (പ്രഗത്ഭരായ 35 സാമ്പത്തിക വിദഗ്ദ്ധർ ചേർന്ന ഒരു ബദൽനയത്തിനുള്ള നിർദ്ദേശങ്ങൾ മുന്നോട്ടുവച്ചു. ഇറക്കുമതി നിയന്ത്രണം, NRI പ്രോത്സാഹനം, കള്ളപ്പണം കണ്ടുകെട്ടൽ, ആഭ്യന്തര കമ്പോള വികസനം, ഗ്രാമീണ സമ്പദ്വ്യവസ്ഥയുടെ വികാസം, മനുഷ്യാധ്വാനശക്തി പൂർണ്ണമായും ഉപയോഗപ്പെടുത്തൽ, അനുയോജ്യമായ സാങ്കേതികവിദ്യയുടെ വികാസം (appropriate technology) എന്നിവ ഈ ബദൽനയത്തിന്റെ ഭാഗമായിരുന്നു. 1991–ൽ നരസിംഹറാവു ഗവണ്മെന്റ് പുത്തൻ സാമ്പത്തിക പരിഷ്കാരങ്ങൾക്ക് ഔദ്യോഗികമായി പ്രാരംഭം കുറിച്ചു. ഇത്തരം പരിഷ്കാരങ്ങൾ നവ ലിബറൽ പരിഷ്കാരങ്ങൾ (neo-liberal reforms) എന്ന് അറിയപ്പെട്ടു തുടങ്ങി. ഈ പരിഷ്കാരങ്ങളോടുള്ള അനുകൂല പ്രതികൂല വാദമുഖങ്ങൾ ഇപ്പോഴും സജീവമാണ്.

ഇന്ത്യയിലാരംഭിച്ച പുത്തൻ സാമ്പത്തിക പരിഷ്കാരങ്ങളെ അഥവാ പുത്തൻ സാമ്പത്തിക നയത്തെ (New Economic Policy 1991) പ്രധാനമായും നാലു തലങ്ങളിലായി അപഗ്രഥിക്കാവുന്നതാണ്.

1. 1991–ലെ ഇന്ത്യയുടെ വ്യവസായ നയസമീപനം
2. ഉദാരവൽക്കരണത്തിലും (liberalisation) സ്വകാര്യവൽക്കരണത്തിലും (privatisation) ആഗോളവൽക്കരണത്തിലും (globalisation) അടിസ്ഥിതമായ സാമ്പത്തിക പരിഷ്കാരങ്ങൾ.
3. ധനമേഖലയിലെ പരിഷ്കാരങ്ങൾ (financial sector reforms).
4. പൊതുധന നയപരിഷ്കാരങ്ങൾ (fiscal & reforms).

പുത്തൻ വ്യവസായനയം (New Industrial Policy 1991)

1990വരെ പിന്തുടർന്നുവന്ന നയസമീപനങ്ങൾ (1948, 56, 73, 77, 80) ഇന്ത്യയുടെ വ്യാവസായിക വികസനത്തിനും വ്യവസായങ്ങളുടെ വൈവിധ്യവൽക്കരണത്തിനും പൊതുമേഖലാസ്ഥാപനങ്ങളുടെ ഉന്നമനത്തിനും വിവിധ ഉപഭോക്തൃ പദാർത്ഥങ്ങളുടെ സ്വയം പര്യാപ്തതയ്ക്കും വഴിവച്ചു. എന്നാൽ തൊഴിൽ വർദ്ധനവ് ദാരിദ്ര്യനിർമാർജ്ജനം തുടങ്ങിയ ലക്ഷ്യങ്ങൾ കൈവരിക്കാനോ പ്രാദേശിക വികസന അസന്തുലിതാവസ്ഥ കുറയ്ക്കാനോ ഈ ലക്ഷ്യങ്ങൾക്കായില്ല. ഒപ്പംതന്നെ വിദേശ കമ്പോളത്തിൽ മത്സരക്ഷമത കൈവരിക്കുന്നതിലും ഉൽപ്പാദനച്ചെലവ് കുറയ്ക്കുന്നതിലും സാങ്കേതിക മികവും ഉൽപ്പന്നങ്ങളുടെ ഗുണനിലവാരവും ഉയർത്തുന്നതിലും വിജയിച്ചില്ലെന്ന നിരീക്ഷണവും ശക്തമാണ്. ഈ പശ്ചാത്തലത്തിൽ ഉൽപ്പാദനക്ഷമത വർദ്ധിപ്പിക്കൽ, ഉയർന്ന വളർച്ച, ഗുണമേന്മ, അന്താരാഷ്ട്രനിലവാരത്തിലുള്ള മത്സരക്ഷമത എന്നീ ലക്ഷ്യങ്ങളോടെയാണ് പുത്തൻ വ്യവസായനയം ഇന്ത്യയിൽ ആവിഷ്കരിച്ചത്.

മൂലധനത്തിന്റെ ദൗർലഭ്യംകൊണ്ടും വ്യാവസായിക നായകത്വത്തിന്റെ അടിത്തറയില്ലായ്മകൊണ്ടും 1956–ലെ വ്യാവസായികനയം പൊതുമേഖലയുടെ പ്രാമുഖ്യം നിലനിർത്തുന്നതായിരുന്നു. എന്നാൽ, 1973–ലെ വ്യവസായ നയം പ്രധാനപ്പെട്ട വൻകിട വ്യവസായങ്ങളിൽ വൻകിട സ്വകാര്യ വിദേശകമ്പനികളുടെ പ്രാതിനിധ്യം ഉറപ്പുവരുത്തി. 1977–ലെ വ്യവസായ നയത്തിൽ വൻകിട വ്യവസായങ്ങൾക്ക് പകരം ചെറുകിട കുടിൽവ്യവസായങ്ങളുടെ വികസനമാണ് ലക്ഷ്യമിട്ടിരുന്നത്. ആഭ്യന്തര കമ്പോളത്തിൽ വ്യവസായ സംരംഭങ്ങളുടെ മികവും മത്സരവും പ്രോത്സാഹിപ്പിക്കുന്നതായിരുന്നു 1980–ലെ വ്യവസായ നയത്തിലെ വ്യവസ്ഥകൾ പലതും. ഈ വ്യവസായനയം പലതുകൊണ്ടും 1956–ലെ വ്യവസായനയത്തിന്റെ അടിസ്ഥാന പ്രമാണങ്ങളിൽനിന്ന് വ്യതിചലിച്ചിരുന്നു (വൻകിട വ്യവസായ സംരംഭകർക്കുവേണ്ടി ലൈസൻസിങ്ങ് സമ്പ്രദായത്തിന്റെ ഉദാരവൽക്കരണം, MRTP Act–ൽ നിന്നും FERA–യിൽ നിന്നും ഒഴിവാക്കൽ, ബ്രോഡ്ബാൻഡിംഗ് ലൈസൻസിങ്ങ്). എന്നാൽ ഈ നയപ്രഖ്യാപനത്തിന്റെ പ്രായോഗിക ആവിഷ്കാരം 7–ാം പഞ്ചവത്സരപദ്ധതിക്കാലത്താണ് (1985–90) നടപ്പിലാവുന്നത്. ഈ കാലയളവിൽ മെച്ചപ്പെട്ട വ്യാവസായിക വളർച്ചാനിരക്ക് (8.5%) ഇന്ത്യക്ക് കൈവരിക്കാനായി.

ഈ പശ്ചാത്തലത്തിലാണ് ആഭ്യന്തര സമ്പദ്വ്യവസ്ഥയെ ആഗോള സമ്പദ്വ്യവസ്ഥയോട് അടുപ്പിക്കുന്ന നയരൂപീകരണങ്ങൾ 1991–ലെ വ്യവസായനയത്തിൽ ദൃശ്യമായത്. അതായത് വികസനം പ്രധാനമായും ആഭ്യന്തര വിപണിയെ ആശ്രയിച്ചല്ല, മറിച്ച് വിദേശവിപണിയിലെ പങ്കാളിത്തത്തിന്റെ അടിസ്ഥാനത്തിലാവണം (inward oriented development strategy Vs outward oriented development strategy). ചുരുക്കത്തിൽ 1991–ലെ വ്യവസായ നയത്തിന്റെ പ്രഖ്യാപിത ലക്ഷ്യങ്ങൾ ഇവയായിരുന്നു:

1. കൈവരിച്ചുകഴിഞ്ഞ നേട്ടങ്ങളുടെ അടിത്തറയിൽ നിന്നുകൊണ്ടുള്ള വികസനം.
2. വികസനനയത്തിൽ കടന്നു കയറിയ വൈകല്യങ്ങളുടെയും ദൗർബല്യങ്ങളുടെയും ദൂരീകരണം.
3. ഉൽപ്പാദനക്ഷമതയിലും തൊഴിലിലും അന്താരാഷ്ട്ര മത്സരക്ഷമതയിലും സുസ്ഥിര വളർച്ച.

ഈ ലക്ഷ്യങ്ങൾ കൈവരിക്കുന്നതിനായി പ്രധാനമായും താഴെപ്പറയുന്ന തലങ്ങളിൽ നയം മാറ്റങ്ങൾ ആവിഷ്കരിച്ചു.

(1) വ്യവസായ ലൈസൻസിംഗ്(Industrial licensing)
(2) വിദേശ നിക്ഷേപം
(3) വിദേശ സാങ്കേതികവിദ്യ കൈമാറ്റ ഉടമ്പടികൾ (foreign technology agreements)
(4) പൊതുമേഖലാനയം (public sector policy)
(5) MRTP Act

വ്യവസായ ലൈസൻസിംഗ്

1951–ലെ വ്യവസായ ലൈസൻസിംഗ് ആക്ട് പ്രകാരം ഇന്ത്യയിൽ സാമ്പത്തികശക്തികളുടെയും കുത്തകകളുടെയും കേന്ദ്രീകരണം ഒഴിവാക്കാൻ ആരംഭിച്ച 'ലൈസൻസിംഗ് പെർമിറ്റ് രാജ്' മികവ് പുലർത്താൻ കഴിവുള്ള സംരംഭകർ ഒഴിവാക്കപ്പെടുന്നതിനും ഉൽപ്പാദനക്ഷമതയും മത്സരക്ഷമതയും കുറയുന്നതിനും കാരണമാകുന്നുവെന്ന ആക്ഷേപം ശക്തമാക്കി. അതുകൊണ്ട് വർത്തമാനകാലത്തെ ചടുലമായ ആഗോള വിപണിയിൽ (dynamic global market) മാറിവരുന്ന സാഹചര്യങ്ങൾക്കനുസരിച്ച് യുക്തമായ തീരുമാനങ്ങളെടുക്കാൻ വ്യവസായികൾക്ക് അവരവരുടേതായ സ്വാതന്ത്ര്യം നൽകണമെന്ന വാദമുയർന്നു. വ്യാവസായിക മേഖലയിൽ നിക്ഷേപകർക്ക് മെച്ചപ്പെട്ട സൗകര്യങ്ങളൊരുക്കുന്ന മാർഗ്ഗദർശിയുടെ (facilitator) സ്ഥാനത്തേക്ക് ഗവണ്മെന്റ് മാറണം എന്ന നയം തത്ത്വത്തിൽ അംഗീകരിക്കപ്പെട്ടു. ഇതിനെത്തുടർന്ന് തന്ത്രപ്രാധാന്യമുള്ള സുരക്ഷിതമേഖലകളൊഴിച്ച് (areas of security & strategic importance) എല്ലാ മേഖലകളിലും സ്വകാര്യ വ്യവസായനിക്ഷേപം നട

ത്താം. അതുപോലെതന്നെ പുതിയ സംരംഭങ്ങൾ ആരംഭിക്കുന്നതിനോ പുതിയ ഉൽപ്പന്നങ്ങളുടെ ഉൽപ്പാദനത്തിനോ സംരംഭങ്ങളുടെ ശേഷി വർദ്ധിപ്പിക്കുന്നതിനോ വ്യവസായ ലൈസൻസിംഗ് ആവശ്യമില്ല. വ്യാവസായിക ലൈസൻസിംഗിന്റെ എടുത്തുകളയൽ (industrial delicensing (1991) ഇന്ത്യൻ വ്യവസായത്തിൽ സംരംഭകർക്ക് 'സ്വതന്ത്ര പ്രവേശം' സാധ്യമാക്കി. അതുമൂലം പുതിയ മൂലധന നിക്ഷേപകരുടെ മത്സരത്തിന് വേദിയൊരുക്കപ്പെട്ടു.

വിദേശ നിക്ഷേപം

പുത്തൻ വ്യവസായനയത്തിൽ വിദേശ മൂലധനനിക്ഷേപത്തിലും വ്യാപാരരംഗത്തും ഒരുകൂട്ടം പരിഷ്കാരങ്ങൾ കൊണ്ടുവന്നു. കഴിഞ്ഞ കാല 'ഇറക്കുമതിയുടെ മറു പകര'നയത്തിന്റെ (import substitution policy) ഭാഗമായിരുന്ന ഇറക്കുമതിക്കുമേലുള്ള അളവുപരമായ നിയന്ത്രണങ്ങളും ഉയർന്ന കസ്റ്റംസ് താരിഫ് നിരക്കുകളും ഇല്ലാതാക്കുകയോ ഗണ്യമായി ലഘൂകരിക്കുകയോ ചെയ്തു. വ്യാപാര ഉദാരവൽക്കരണത്തിന് ഇത് സഹായകമായി. ഇതിനോടനുബന്ധിച്ചുതന്നെ ഇന്ത്യൻ രൂപയുടെ വിദേശ വിനിമയത്തിലും (convertibility of Indian Rupee) ഘടനാപരമായ മാറ്റങ്ങൾ ദൃശ്യമായി. 1991 ജൂലൈ 24-ന് ഇന്ത്യൻ കറൻസി 24 ശതമാനം മൂല്യക്കിഴിവിന് (devaluation) വിധേയമായി. അതേപോലെ ഫിക്സഡ് എക്സ്ചേഞ്ച് നിരക്ക് സംവിധാനത്തിന് പകരം ഫ്ളെക്സിബിൾ എക്സ്ചേഞ്ച് നിരക്ക് വ്യവസ്ഥിതി നിലവിൽ വന്നു. അവസരോചിതമായ റിസർവ്വ് ബാങ്ക് ഇടപെടൽ (safe and purchase of foreign exchange) സംവിധാനം നിലനിർത്താൻ വിഭാവന ചെയ്തു.

ചൈനീസ് സമ്പദ്വ്യവസ്ഥയുടെ വികസനത്തിൽ പ്രത്യേക സാമ്പത്തിക മേഖല വഹിച്ച (special economic zone) പങ്കിന്റെ പ്രാധാന്യം മനസ്സിലാക്കി 2000-ലെ കയറ്റിറക്കുമതിനയത്തിലൂടെ സ്വകാര്യ മേഖലയുടെയും പൊതുമേഖലയുടെയും പങ്കാളിത്തത്തോടെ വിവിധ സംസ്ഥാനങ്ങളിൽ (ഗുജറാത്ത്, കർണ്ണാടക, മഹാരാഷ്ട്ര, തമിഴ്നാട്, മധ്യപ്രദേശ്, വെസ്റ്റ് ബംഗാൾ, ഉത്തർപ്രദേശ്) ഉൽപ്പാദനത്തിന്റെയും വ്യാപാരത്തിന്റെ പുനർനിർമ്മിതിയുടെയും സേവനത്തിന്റെയും പ്രത്യേക സാമ്പത്തികമേഖലകൾ ആരംഭിച്ചു. ഇപ്പോൾ നിലനിൽക്കുന്ന മിക്ക കയറ്റുമതി മേഖലകളും (export processing zone) പ്രത്യേക സാമ്പത്തിക മേഖലകളാക്കാനും തീരുമാനിച്ചു. 2002-ലെ എക്സിം പോളിസി (exim Policy) യിൽ കയറ്റുമതി അധിഷ്ഠിത (export led growth) വികസനത്തിന് കൂടുതൽ പ്രോത്സാഹനങ്ങൾ പ്രഖ്യാപിച്ചു. (കയറ്റിറക്കുമതികൾക്ക് മേലുള്ള അളവുപരമായ നിയന്ത്രണങ്ങൾ എടുത്തുകളഞ്ഞത്, ഹാർഡ്വേർ മേഖലയ്ക്കുള്ള അഡ്വാൻസ് ലൈസൻസ് ഇൻസന്റീവുകൾ, ഓവർസീസ് ബാങ്കുകൾ അനുവദിക്കാനുള്ള വ്യവസ്ഥ എന്നിവ

ഉദാഹരണങ്ങൾ). ഈ നടപടികളെല്ലാംതന്നെ ഇറക്കുമതി ഉദാരവൽക്കരണത്തേക്കാളും കയറ്റുമതി വർദ്ധനവിനെ ലക്ഷ്യമിട്ടുള്ളതാണെന്ന് കാണാം. ഇതിന്റെ ഫലമായി വിദേശനാണയസഞ്ചിതനിധിയിൽ വർദ്ധന പ്രകടമാകാൻ തുടങ്ങി. അതുപോലെതന്നെ Debt-GNP അനുപാതം 1992–ലെ 38.7 ശതമാനത്തിൽ നിന്ന 2001–ൽ 22.3% ആയി താഴ്ന്നു.

ആഗോളവൽക്കൃത സമൂഹത്തിന്റെ വരവിലേക്കായി പ്രത്യക്ഷ വിദേശ മൂലധനനിക്ഷേപം (foreign direct investment) പ്രോത്സാഹിപ്പിക്കപ്പെട്ടു. ഇതിന്റെ വെളിച്ചത്തിൽ 1991–നും 2001–നുമിടയിൽ FDI–യുടെ ഒഴുക്ക് $ 2339 മില്യൻ ആയി ഉയർന്നു. വിവിധ സംസ്ഥാനങ്ങൾ വൻതോതിൽ FDI ആഭ്യന്തരഒഴുക്കിന് സാക്ഷ്യം വഹിച്ചു (തമിഴ്നാട് – 29.9%, മഹാരാഷ്ട്ര – 17%, ഗുജറാത്ത് – 20%, ഡൽഹി – 19.8%). വ്യവസായ ലൈസൻസിംഗ് എടുത്തുകളഞ്ഞതുമൂലം ഇന്ത്യയിലേക്ക് വിദേശ മൂലധന ഒഴുക്ക് ശക്തമായി. 2004–ഓടുകൂടി തന്ത്രപ്രധാനമല്ലാത്ത എല്ലാ മേഖലകളിലും FDI അനുവദിക്കപ്പെട്ടു. പ്രമുഖ വ്യവസായ സംരംഭങ്ങളിലെ ഇക്വിറ്റി നിക്ഷേപം 51% ആകാമെന്ന് സർക്കാർ വിജ്ഞാപനമിറക്കി. അതുപോലെ കയറ്റുമതി അധിഷ്ഠിത വ്യവസായ സംരംഭങ്ങളിൽ വിദേശ വ്യാപാര കമ്പനികൾക്ക് പങ്കാളികളാകാം. ഖനികളിൽ 50% വിദേശ നിക്ഷേപം അനുവദിക്കപ്പെട്ടു. ഇപ്പോൾ പ്രവർത്തിക്കുന്ന വ്യവസായ സംരംഭങ്ങൾക്ക് 51% വരെ വിദേശമൂലധനം സമാഹരിച്ചുകൊണ്ട് ശേഷി വികസിപ്പിക്കാം. ഇത്തരത്തിൽ വിദേശ പ്രത്യക്ഷ നിക്ഷേപവും വിദേശ മൂലധന ഓഹരിനിക്ഷേപവും പ്രോത്സാഹിപ്പിക്കുന്നതിനു വേണ്ടി ഫോറിൻ ഇൻവെസ്റ്റ്മെന്റ് ബോർഡ് രൂപീകരിക്കപ്പെട്ടു. ഇന്ത്യയിൽ വിദേശ ബ്രാന്റ് നെയിം/ട്രേഡ് മാർക്ക് ഉപയോഗിച്ച് സാധനങ്ങൾ വിൽക്കുവാൻ കമ്പനികൾക്ക് അനുവാദം നൽകി. 100% വിദേശ മൂലധന ഓഹരി നിക്ഷേപം കയറ്റുമതി സംരംഭങ്ങളിൽ പ്രോത്സാഹിപ്പിക്കപ്പെട്ടു (ഊർജ്ജമേഖല, ഇലക്ട്രോണിക്സ്, സോഫ്റ്റ്വേർ ടെക്നോളജി പാർക്കുകൾ). ഉൽപ്പാദന വ്യവസായ സംരംഭങ്ങളിൽ സാങ്കേതികമികവും ചടുലതയും ഉറപ്പാക്കാൻ RBI യുടെ അംഗീകാരം ഉടനടി ലഭ്യമാക്കുന്ന ഫോറിൻ ടെക്നോളജി വ്യവസ്ഥ നിലവിൽ വന്നു (ഒരുകോടി രൂപ വരെ). വ്യവസായ സംരംഭകർക്ക് വിദേശ കമ്പനികളുടെയും വിദഗ്ദ്ധരുടെയും സേവനം ലഭ്യമാക്കാൻ പ്രത്യേക സംവിധാനമൊരുക്കി.

മൊത്തത്തിൽ 1991–ലെ വ്യവസായനയം വിദേശ നിക്ഷേപനയങ്ങളിൽ വൻതോതിൽ അഴിച്ചുപണി നടത്തി. ഇന്ത്യൻ വ്യവസായരംഗം ഒരേസമയം ആഭ്യന്തര–വിദേശ വിപണികളിലെ മത്സരത്തിന് തുറന്ന് കൊടുക്കപ്പെട്ടു.

പൊതുമേഖലാനയം

1991–ലെ വ്യവസായ നയത്തിൽ വൻതോതിലുള്ള പൊളിച്ചെഴുത്തിന് വിധേയമായത് ഇന്ത്യയുടെ പൊതുമേഖലാനയമായിരുന്നു. ഇന്ത്യ

യുടെ സമ്മിശ്ര സമ്പദ്വ്യവസ്ഥാക്രമീകരണത്തിന്റെ കേന്ദ്രബിന്ദു അതിന്റെ പൊതുമേഖലയുടെ പ്രാമുഖ്യവും ഉൽപ്പാദന സംരംഭങ്ങളി ലുള്ള മേൽക്കോയ്മയും (237 public sector units with an investment of Rs 1147000 crores in 1992–93) ആയിരുന്നു. എന്നാൽ ഈ സംരംഭ ങ്ങൾക്ക് ഉൽപ്പാദനക്ഷമതയിൽ വേണ്ടത്ര വളർച്ച കൈവരിക്കാൻ കഴി യാതെ പോയ ഈ സ്ഥാപനങ്ങൾ, മികച്ച പദ്ധതി മേൽനോട്ടത്തിന്റെയും ഗവേഷണ വികസനപ്രവർത്തനങ്ങളുടെയും അഭാവത്തിൽ, രാജ്യത്തി നുതന്നെ ബാദ്ധ്യതയായി മാറുന്നു എന്ന ആക്ഷേപം ശക്തിപ്രാപിച്ചു. ഇതിന്റെ വെളിച്ചത്തിൽ 1991–ലെ വ്യവസായനയം പൊതുമേഖലയുടെ മുൻഗണന ഇത്തരത്തിൽ ക്രമീകരിച്ചു: അത്യന്താപേക്ഷിത സാധന സേവനങ്ങൾ (പശ്ചാത്തല സൗകര്യങ്ങൾ), ധാതുക്കളുടെയും എണ്ണ യുടെയും പര്യവേക്ഷണം നടത്തി ചൂഷണം ചെയ്യുക, തന്ത്രപ്രാധാന്യ മുള്ള സാധനങ്ങളുടെ ഉൽപ്പാദനം (defence equipments), ദീർഘകാല വികസനത്തിനാവശ്യമായ സാങ്കേതികവിദ്യയുടെയും നിർമ്മാണശേ ഷിയുടെയും നിർണ്ണായക മേഖലകളിലുള്ള വികാസം എന്നിവയായി രുന്നു.

പൊതുമേഖലയുടെ ഭാവിവികസനത്തിനുവേണ്ടി സർക്കാർ ഓഹ രികൾ മ്യൂച്ചൽ ഫണ്ടുകൾക്കും ധനകാര്യ സ്ഥാപനങ്ങൾക്കും പൊതു ജനങ്ങൾക്കും ലഭ്യമാക്കി (disinvestment) കൂടുതൽ വിഭവസമാഹര ണവും പൊതുജനപങ്കാളിത്തവും ഉറപ്പുവരുത്താൻ ശ്രമം തുടങ്ങി. അതേ പോലെ പൊതുമേഖലയ്ക്ക് നീക്കിവച്ചിരുന്ന പല സംരംഭങ്ങളും സ്വകാ ര്യമേഖലയ്ക്ക് തുറന്നുകൊടുത്തു. പരിഷ്കാരത്തിന്റെ ആദ്യനാളുകളിൽ (1991–92) പൊതുമേഖലയ്ക്ക് നീക്കിവച്ചിരുന്നത് 18 പ്രധാന വ്യവസായ ങ്ങൾ (iron & steel, telecommunication industry, mining, air transport, electricity generation, etc.) ആയിരുന്നെങ്കിൽ പിൽക്കാലത്ത് അവ 6 എണ്ണം (arms and amunition, atomic energy, mineral oils, atomic minerals, hazardous, chemicals and industrial explosives, railway transport) ആയി ചുരുങ്ങി. വ്യാവസായിക ഉദാരവൽക്കരണം ചില പ്രമുഖ വ്യവസായങ്ങളിൽ (steel, telephone service, electricity generation, petroleum exploration, refining, coal mining, air transport) സ്വകാര്യമേ ഖലയുടെ പങ്കാളിത്തം കൂടുതൽ ശക്തമാക്കി. ഒപ്പംതന്നെ നഷ്ടത്തി ലോടുന്ന പൊതുമേഖലാസംരംഭങ്ങളെ (sick units) അവയുടെ പുനര ധിവാസത്തിനോ അടച്ചുപൂട്ടലിനോ വേണ്ടി പ്രത്യേകമായി രൂപീകരിച്ച ബോർഡ് ഫോർ ഇൻഡസ്ട്രിയൽ ആന്റ് ഫിനാൻഷ്യൽ റീകൺസ്ട്ര ക്ഷൻ (BIFR)–ന്റെ പരിശോധനയ്ക്കു വിട്ടു. ഇത്രയും ഉദാരവൽക്കരണ സമീപനങ്ങൾ നടപ്പിലായതിനുശേഷവും ഇന്നും പൊതുമേഖലാ സംരം ഭങ്ങൾ ഇന്ത്യൻ സമ്പദ്ഘടനയുടെ വികാസപ്രക്രിയയിൽ നിർണ്ണായക സംഭാവന നൽകുന്നു (ജി ഡി പിയുടെ 25 ശതമാനവും ഇന്നും പൊതു മേഖലയിൽ നിന്നാണ്). 1956–ലെ വ്യവസായനയത്തിന്റെ ചുവടുപിടിച്ച്

1969–ൽ കൊണ്ടുവന്ന MRTP Act–ന്റെ പ്രധാന ഉദ്ദേശ്യം കുത്തകവ്യവസായങ്ങളുടെ കേന്ദ്രീകരണവും നിയന്ത്രണവും ഇല്ലാതാക്കുക, തെറ്റായ വ്യാപാര നടപടികൾ ലഘൂകരിക്കുക എന്നിവയായിരുന്നു. എന്നാൽ 1991 –ലെ വ്യവസായ നയത്തിൽ പുതുസംരംഭങ്ങൾക്കുള്ള പ്രവേശനാനുമതി നിയന്ത്രണം എടുത്തുകളഞ്ഞു. പ്രവർത്തിച്ചുകൊണ്ടിരിക്കുന്ന സംരംഭങ്ങൾക്ക് ശേഷി വർദ്ധിപ്പിക്കാനും മറ്റൊരു വ്യവസായ സംരംഭത്തിൽ ലയിക്കാനും അതിനെ ലയിപ്പിക്കാനും (merger & acquisition) സ്വാതന്ത്ര്യം നൽകി. അങ്ങനെ സ്വകാര്യ സംരംഭകർക്ക് അവരുടെ ബിസിനസിന്റെ വ്യാപ്തി, വിഭവ അടിത്തറ എന്നിവ വികസിപ്പിക്കാൻ അവസരം ലഭിക്കുകയും വിദേശമൂലധനത്തിന്റെ വരവും വിദേശമൂലധന പങ്കാളിത്തവും രാജ്യങ്ങൾ തമ്മിലുള്ള സാങ്കേതികവിദ്യയുടെ കൈമാറ്റവും കൂടുതൽ സുഗമമാവുകയും ചെയ്തു. വ്യാവസായികവൽക്കരണപ്രക്രിയയിൽ സ്വകാര്യ പങ്കാളിത്തം കൂടുതൽ ശക്തമായി.

ഉദാരവൽക്കരണം (Liberalisation)

ഇന്ത്യയുടെ പുത്തൻ സാമ്പത്തിക പരിഷ്കാരക്രമങ്ങളെ മൂന്ന് പന്ഥാവിൽക്കൂടിയുള്ള നയസമീപനങ്ങളായി പൊതുവെ കാണുന്നു; liberalisation, globalisation & privatisation.

ഉദാരവൽക്കരണം എന്നതുകൊണ്ട് അർത്ഥമാക്കുന്നത് സ്വതന്ത്ര വ്യവസായ സംരംഭത്തിന്മേലുള്ള അധിക നിയന്ത്രണങ്ങളും ലൈസൻസുകളും ചട്ടങ്ങളും പരിധികളും (MRTP Act & MRTP limit) എടുത്തുകളയുകയാണ് (dismantle Licence - permit raj). ഇന്ത്യയിൽ നിലനിന്നിരുന്ന പല ചട്ടങ്ങളും പരിധികളും കാലോചിതമല്ലായിരുന്നു. 1991–ലെ വ്യവസായനയത്തിന്റെ വെളിച്ചത്തിൽ ലൈസൻസിങ്ങ് സമ്പ്രദായം (15 വ്യവസായങ്ങളൊഴിച്ച്, 1991&1993) എടുത്തുകളഞ്ഞു. ഉദാഹരണത്തിന് cars & white goods–കളെ ഡീ റിസർവ്വ് ലിസ്റ്റിലും ഡീ ലൈസൻസിംഗ് ലിസ്റ്റിലും ഉൾപ്പെടുത്തുന്നത് മദ്ധ്യവർഗ്ഗത്തിന്റെ (middle class) ആവശ്യങ്ങൾ കൂടുതൽ സഫലീകരിക്കുമെന്ന് കരുതപ്പെട്ടു. ഒരു കാറിന്റെ നിർമ്മാണത്തിൽ ഇരുപതിനായിരത്തോളം ഘടകങ്ങൾ ആവശ്യമുണ്ട്. ഇവയെല്ലാം ചെറുകിട സംരംഭങ്ങളിൽ നിർമ്മിക്കുന്നവയാണ്. ഈ സംരംഭങ്ങൾക്ക് ഉദാരവൽക്കരണത്തിന്റെ പ്രയോജനം ലഭിച്ചപ്പോൾ (delicening) ആഗോളവിപണിയിൽ പങ്കെടുക്കാനുതകുന്ന തരത്തിൽ ഇവ മുന്നേറുകയും ഉദാരവൽക്കരണം ആഗോളവൽക്കരണത്തിന്റെ ചവിട്ടുപടിയാകുകയും ചെയ്തു.

ആഗോളവൽക്കരണം (Globalisation)

ആഗോളവൽക്കരണം പ്രാഥമികമായും ഒരു സാമ്പത്തിക പ്രതിഭാസമാണ്. ദേശീയ സമ്പദ്വ്യവസ്ഥകൾ അന്താരാഷ്ട്ര വ്യാപാരം വ

ഴിയും നിക്ഷേപ മൂലധനപ്രവാഹം വഴിയും വർദ്ധിച്ച ഇടപെടലുകൾക്കും സ്വതന്ത്ര വിപണികളുടെ സംയോജനത്തിനും സഹായിക്കുന്ന സാമ്പത്തിക പ്രതിഭാസത്തെ പ്രാഥമികമായും ആഗോളവൽക്കരണമെന്ന് വിളിക്കുന്നു. കുറച്ചുകൂടി ലഘൂകരിച്ച് പറഞ്ഞാൽ ആഭ്യന്തര സമ്പദ്വ്യവസ്ഥയെ ലോക സമ്പദ്വ്യവസ്ഥയിലേക്ക് സംയോജിപ്പിക്കുന്ന പ്രക്രിയയെ ആഗോളവൽക്കരണമെന്ന് പറയാം. നമ്മുടെ പരിഷ്കാരക്രമങ്ങളിൽ ആഗോളവൽക്കരണം അടിസ്ഥാന ലക്ഷ്യങ്ങളിലൊന്നായിരുന്നു. ഇത്തരം ക്രമീകരണത്തിന് ഇനി പറയുന്ന അവസ്ഥാവിശേഷങ്ങൾ ഒരുക്കേണ്ടതുണ്ട്.

1. അന്താരാഷ്ട്ര വ്യാപാരനിയന്ത്രണ ലഘൂകരണം (Reduction trade-barriers) വഴി മൂലധനവും സേവനവും രാജ്യാന്തരങ്ങളിൽ സ്വതന്ത്രമായി വ്യാപിക്കുന്നതിന് സൗകര്യമൊരുക്കുക.
2. രാജ്യങ്ങളിൽ മൂലധനത്തിന്റെ സ്വതന്ത്ര കൈമാറ്റത്തിനുള്ള പരിസ്ഥിതി ഒരുക്കുക.
3. രാജ്യങ്ങൾ തമ്മിൽ സാങ്കേതികവിദ്യയുടെ സ്വതന്ത്ര വ്യാപനത്തിനുള്ള പശ്ചാത്തലം ഒരുക്കുക.
4. രാജ്യങ്ങൾ തമ്മിൽ തൊഴിലും തൊഴിൽശക്തിയുടെ സ്വതന്ത്രമായ വിപണനവും സാധ്യമാക്കുന്ന പശ്ചാത്തലം സൃഷ്ടിക്കുക.

പ്രഭാത് പട്നായിക്

മേൽപ്പറഞ്ഞ നിബന്ധനകൾ ഏറെക്കുറെ വികസിത മുതലാളിത്ത രാജ്യങ്ങളുടെ താൽപ്പര്യസംരക്ഷണത്തിനുതകുന്നവയാണെന്ന് 1990-കളിലും 21-ാം നൂറ്റാണ്ടിന്റെ ആരംഭത്തിലുമുള്ള വികസനാനുഭവങ്ങൾ പഠിപ്പിക്കുന്നു. നാലാമത്തെ നിബന്ധന (തൊഴിലിന്റെ സ്വതന്ത്രമായ വ്യാപനം) പാലിക്കാനും ആ മേഖലയിൽ അനുയോജ്യമായ പരിഷ്കാരങ്ങൾ വരുത്താനും വികസിത മുതലാളിത്ത രാജ്യങ്ങൾ ഇപ്പോഴും തയ്യാറായിട്ടില്ല. സാമൂഹ്യചിന്തകരും ധനതത്ത്വശാസ്ത്രജ്ഞരും ഈ സങ്കുചിത നിർവചനത്തെ നിശിതമായി വിമർശിക്കുന്നുണ്ട് (സ്റ്റിഗ്ലിറ്റ്സ്, എ കെ സെൻ, പ്രഭാത് പട്നായിക്). തൊഴിൽ നിയമങ്ങൾ, തൊഴിലിന്റെ സ്വതന്ത്ര വ്യാപനം തുടങ്ങിയ വിഷയങ്ങൾ പൊതുചർച്ചയിൽ (WTO) നിന്ന് ഒഴിവാക്കുന്ന (black out labour flows) സമീപനമാണ് വികസിത രാജ്യങ്ങൾ പൊതുവിൽ അനുവർത്തിച്ചു കാണുന്നത്.

ഇന്ത്യയിൽ ആഗോളവൽക്കരണപ്രക്രിയ ത്വരിതപ്പെടുത്തുന്നതിനായി താഴെ പറയുന്ന നടപടികൾ സ്വീകരിച്ചുവരുന്നു.

1. ഇറക്കുമതി തീരുവ കുറച്ചു. മിക്ക ഉൽപ്പന്നങ്ങളുടെയും ഇറക്കുമതി തീരുവ 1990–ൽ 300 ശതമാനത്തിനും 200 ശതമാനത്തിനും ഇടയിലായിരുന്നു. അവ 35 ശതമാനത്തിനും 25 ശതമാനത്തിനും ഇടയിൽ വരത്തക്കവിധം കുത്തനെ കുറച്ചു. ഇതോടൊപ്പം ചരക്കുകളുടെ കയറ്റുമതി ഇറക്കുമതി പരിധി (dismantle quantitative restriction imports and exports) എടുത്തുകളഞ്ഞു. 1997–ൽ പല ഉൽപ്പന്നങ്ങളെയും (162) ഇറക്കുമതി ലൈസൻസിന്റെ പരിധിയിൽനിന്ന് ഒഴിവാക്കി. എന്നാൽ 2001–ൽ എല്ലാ ഉൽപ്പന്നങ്ങളുടെയും ഇറക്കുമതി പരിധി ഇല്ലാതാക്കി.
2. വിദേശ നിക്ഷേപം പ്രോത്സാഹിപ്പിക്കാൻ നടപടികളെടുത്തു (51% foreign equity investment in export activities joint 1991, ventures with up to 74% foreign equity investment etc.-1996.
3. വിദേശ സാങ്കേതികവിദ്യ കൈമാറ്റ പ്രോത്സാഹനം.

സ്വകാര്യവൽക്കരണം (Privatisation)

പുത്തൻ സാമ്പത്തിക പരിഷ്കാരത്തിന്റെ ആത്യന്തിക ലക്ഷ്യം ഉൽപ്പാദന സംവിധാനവും സമ്പദ്വ്യവസ്ഥയും സ്വകാര്യ സംരംഭകരുടെയും വിപണിയുടെയും നിയന്ത്രണത്തിൽ കൊണ്ടുവന്ന് മത്സരവും കാര്യക്ഷമതയും വർദ്ധിപ്പിക്കുകയും അതുവഴി ആഗോള കമ്പോളത്തിൽ മുഖ്യപങ്കാളിയാവുകയുമാണ്. ഇവിടെ ഗവണ്മെന്റിന്റെ (state–ന്റെ) പങ്ക് പുനർനിർവചനത്തിന് വിധേയമാകുന്നു. അതായത് വ്യവസായികളുടെ സ്ഥാനത്തുനിന്ന് സൗകര്യങ്ങളൊരുക്കുന്ന മാർഗ്ഗദർശിയുടെ സ്ഥാനത്തേക്ക് സ്റ്റേറ്റിനെ ലഘൂകരിക്കുക. സ്വകാര്യവൽക്കരണത്തിന്റെ (privatisation) പ്രധാന ലക്ഷ്യം വൻകിട വ്യവസായസംരംഭങ്ങളിൽ പൊതുമേഖലയുടെ പങ്ക് കുറച്ച് സ്വകാര്യമേഖലയുടെ പങ്കാളിത്തം വർദ്ധിപ്പിക്കുകയെന്നതാണ്. അതായത് സ്വകാര്യവൽക്കരണപ്രക്രിയയിൽ ഉടമസ്ഥാവകാശമാറ്റങ്ങളിലെ നടപടികൾ, സംരംഭങ്ങളുടെ സംഘടനയിലുള്ള നടപടിക്രമങ്ങൾ, പ്രവർത്തന നടപടികൾ എന്നിവ ഉൾപ്പെടുന്നു.

ധനമേഖലാപരിഷ്കാരങ്ങൾ (financial sector reforms)

വളരെ ബൃഹത്തായ ധനമേഖലയുടെ ശൃംഖലയാണ് ഇന്ത്യക്കുള്ളത്. കാലക്രമേണ പൊതുമേഖലയുടെ കീഴിൽ പ്രവർത്തിച്ച ബാങ്കുകളും ഇൻഷുറൻസ് മേഖലയും പല നിയന്ത്രണങ്ങൾക്ക് വിധേയമായതിന്റെ ഫലമായി അവയുടെ കാര്യക്ഷമത കുറയുകയും ലാഭകരമല്ലാതാവുകയും ചെയ്തു. ബാങ്കിംഗ് സ്ഥാപനങ്ങൾക്കുപരി 'മണി മാർക്കറ്റും മൂലധന വിപണിയും (Capital market) ഒരു വികസിത സമ്പദ്വ്യവസ്ഥയിലേതു പോലെ ഇന്ത്യയിൽ വികാസം പ്രാപിച്ചിരുന്നില്ല. പുത്തൻ സാമ്പത്തിക വികസനക്രമം ഇന്ത്യയെപ്പോലുള്ള ഒരു വികസ്വര രാജ്യത്തിൽ ശക്തിപ്രാപിക്കുവാൻ ധനമേഖലയിലെ പരിഷ്കാരങ്ങൾ അത്യന്താപേ

ക്ഷിതമായിരുന്നു. പ്രത്യേകിച്ചും സമ്പദ്വ്യവസ്ഥയിൽ ആവിഷ്കരിച്ച സ്ഥിരീകരണത്തിന്റെയും (stabilisation) ഘടനാപരമായ പരിഷ്കാരത്തിന്റെയും (structural reforms) പശ്ചാത്തലത്തിൽ. ഇതിന്റെ വെളിച്ചത്തിൽ 1991–ൽ ശ്രീ എം എൻ നരസിംഹൻ അദ്ധ്യക്ഷനായി ഒരു ഉന്നത സമിതി രാജ്യത്തിന്റെ ധനവ്യവസ്ഥിതിയുടെ (financial system) ഘടന (structure), സംഘടന (organisation), ചുമതലകളും നടപടിക്രമങ്ങളും (functions & procedures) എന്നിവയെക്കുറിച്ച് പഠിച്ച് റിപ്പോർട്ട് നൽകാൻ നിയോഗിക്കപ്പെട്ടു. 1992–ലെയും 1998–ലെയും രണ്ട് റിപ്പോർട്ടുകൾ രാജ്യത്തിന്റെ ബാങ്കിംഗ് മേഖലയിലും മൂലധന വിപണിസംവിധാനത്തിലും ദൂരവ്യാപകമായ പരിഷ്കാരപ്രക്രിയകൾക്ക് തുടക്കമിട്ടു. പ്രത്യേകിച്ച് ദേശസാൽകൃത ബാങ്കിംഗ് മേഖലയിലെ പ്രവർത്തനങ്ങളുടെ കെടുകാര്യസ്ഥതയ്ക്കുള്ള (മെച്ചപ്പെട്ട ഉപഭോക്തൃ സേവനമില്ലായ്മ, കാലോചിതമായ ഉൽപ്പന്നങ്ങളുടെ അഭാവം, വിനിമയത്തിലുള്ള കാലവിളംബം, സാങ്കേതിക മികവ് പ്രയോജനപ്പെടുത്തുന്നതിലുള്ള അലംഭാവം, പെട്ടെന്ന് തീരുമാനം എടുക്കാൻ പറ്റാത്തത്, ഉൽപ്പാദനക്ഷമതയില്ലായ്മ, താഴ്ന്ന ലാഭവരുമാനം മുതലായവ) പരിഹാര പ്രക്രിയ അവയിൽ അടങ്ങിയിരുന്നു. നരസിംഹത്തിന്റെ അഭിപ്രായത്തിൽ ബാങ്ക് ദേശസാൽക്കരണം, ബാങ്കിംഗ് പ്രവർത്തനത്തിൽ എണ്ണത്തിൽ (quantity) വർദ്ധനയുണ്ടാക്കിയെങ്കിലും മേന്മ കുറയ്ക്കുകയായിരുന്നു (profitability, efficiency). റിപ്പോർട്ടിലെ ചില പ്രധാന നിർദ്ദേശങ്ങൾ താഴെ പറയുന്നു:

- ക്രോസ് സബ്സിഡി ചെറുകിട വായ്പക്കാർക്ക് മാത്രമായി പരിമിതപ്പെടുത്തുക.
- മൂലധനവിപണിയിൽനിന്നും വിഭവ സമാഹരണം നടത്തുക.
- സ്റ്റാറ്റ്യൂട്ടറി ലികിഡിറ്റി റേഷ്യോയും ക്യാഷ് റിസർവ്വ് റേഷ്യോയും കുറയ്ക്കുക.
- വായ്പകൾ തിരിച്ചടയ്ക്കാൻ നടപടിയെടുക്കുക.
- വായ്പാ വിവരശേഖരം സൃഷ്ടിക്കുക.
- ജീവനക്കാരിൽ കാര്യക്ഷമതയും ഉത്തരവാദിത്വവും ഉറപ്പാക്കുക.
- സാങ്കേതിക ഉപാധികളിലൂടെ ആധുനികവൽക്കരണം നടത്തുക.
- വിദേശ ബാങ്കുകളുടെയും പുതുതലമുറ സ്വകാര്യബാങ്കുകളുടെയും വരവിൽക്കൂടി പൊതുമേഖലയിൽ മത്സരം വളർത്തുക.
- കാര്യക്ഷമത കുറഞ്ഞ ആസ്തികൾ (Non performing asset) ഏറ്റെടുക്കാൻ അസറ്റ് റീ–കൺസ്ട്രക്ഷൻ കമ്പനിക്ക് രൂപം നൽകുക. ബാങ്കുകൾക്ക് അതിന്റേതായ റിക്രൂട്ട്മെന്റ് നയം recruitment policy കൊണ്ടുവരിക. (BSRB നിർത്തലാക്കുക).

മൂലധന വിപണിയിലൂടെ അനുയോജ്യമായ പരിഷ്കാരങ്ങൾ ഈ കാലയളവിൽ ആരംഭിച്ചു. വിദേശ നിക്ഷേപസ്ഥാപനങ്ങൾക്ക്, പ്രത്യേകിച്ചും

പെൻഷൻ ഫണ്ടുകൾ, മ്യൂച്വൽ ഫണ്ടുകൾ, ഇൻവെസ്റ്റ്മെന്റ് ട്രസ്റ്റ് ഇവയ്ക്ക്, ഇന്ത്യൻ മൂലധന കമ്പോളത്തിൽ സെക്യൂരിറ്റി എക്സ്ചേഞ്ച് ബോർഡ് ഓഫ് ഇന്ത്യ (SEBI)യിൽ കൂടി രജിസ്റ്റർ (register) ചെയ്തു നിക്ഷേപിക്കാൻ അനുവാദം നൽകി. പ്രത്യേക അനുമതിയില്ലാതെ ഓഹരികളും കടപ്പത്രങ്ങളും (debentures) പുറത്തിറക്കാൻ കമ്പനികളെ അനുവദിച്ചു. 18 മാസം പഴക്കമുള്ള കടപ്പത്രങ്ങളുടെ (debentures) ബോണ്ടിന്റെയും 'ക്രെഡിറ്റ് റേറ്റിംഗ്' നിർബന്ധമാക്കണം എന്ന നിർദ്ദേശം മുന്നോട്ടുവച്ചു.

പൊതുധനമേഖലയിലെ പരിഷ്കാരങ്ങൾ (fiscal sector reforms)

രാജ്യത്തിന്റെ പൊതു ധനകാര്യത്തിലും കാര്യമായ പരിഷ്കാരങ്ങൾ ആവശ്യമാണെന്ന വാദം 1980–കളിൽത്തന്നെ ശക്തമായിരുന്നു (1980 കളുടെ അവസാനത്തെ വഷളായ പൊതുധനസ്ഥിതി). ഉയർന്ന ധനകമ്മിയും വരുമാനകമ്മിയും പൊതുകടവും ഈ കാലയളവിൽ ദൃശ്യമായി. സാമ്പത്തിക പരിഷ്കാരങ്ങളുടെ ഭാഗമായി പൊതു ധനകാര്യ പരിഷ്കാരങ്ങൾ, പ്രത്യേകിച്ച് നികുതി പരിഷ്കാരങ്ങൾ, ചെലവ് നിയന്ത്രണം, പൊതുമേഖലകളുടെ പുനഃസംഘടന, നാണയനയത്തിന്റെയും (monetary policy) ധനനയത്തിന്റെയും (fiscal policy) ഏകോപനം എന്നിവ, നടപ്പായി.

നികുതിവ്യവസ്ഥയിൽ ശാസ്ത്രീയമായ പരിഷ്കാരങ്ങൾ കൊണ്ടുവന്നു. രാജ ജെ ചെല്ലയ്യ കമ്മിറ്റിയുടെ (1991) നിർദ്ദേശപ്രകാരം പ്രത്യക്ഷ പരോക്ഷ നികുതി ഘടനയെ (direct & indirect tax) മിതവൽക്കരിക്കാനും യാഥാർത്ഥ്യബോധത്തോടെ പരിഷ്കരിക്കാനും നടപടിയാരംഭിച്ചു. നികുതിനിരക്കുകൾ കുറച്ച് നികുതി അടിത്തറ (tax base) വിപുലപ്പെടുത്തിയും കിഴിക്കലുകളും (deduction) ഒഴിവാക്കലുകളും (exemptions) കുറച്ചും രാജ്യത്തിന്റെ നികുതിവരുമാനം വർദ്ധിപ്പിക്കാൻ തുടങ്ങി. പ്രത്യക്ഷ നികുതിനിരക്കും സ്ലാബുകളും ഗണനീയമായി കുറച്ചു. ക്യാപ്പിറ്റൽ ഗെയിൻസ് ടാക്സ്, ഡിവിഡന്റ് ടാക്സ് എന്നിവ വളരെ സാധൂകരിക്കത്തക്ക നിരക്കിലാക്കി. കയറ്റുമതി അടിസ്ഥിത വ്യവസായ സംരംഭങ്ങൾ പ്രവർത്തിക്കുന്ന പ്രത്യേക സാമ്പത്തിക മേഖലകളെ (SEZ) ഇറക്കുമതി 'സേഫ് ഗാർഡ് ഡ്യൂട്ടി'യിൽ നിന്നും ആന്റിഡംപിംഗ് പരിധിയിൽനിന്നും പൂർണ്ണമായി ഒഴിവാക്കി.

ഇത്തരം ധനനയപരിഷ്കാര നടപടികൾ രാജ്യത്തിന്റെ ധനകമ്മി (fiscal deficit) ഗണ്യമായി കുറയ്ക്കാൻ സഹായിച്ചു (1990–91–ൽ ജി ഡി പിയുടെ 8.3 ശതമാനമായിരുന്ന ധനകമ്മി 2001–02–ൽ 5.1 ശതമാനമായി കുറഞ്ഞു). ഈ കാലയളവിൽ സർക്കാരിന്റെ മൂലധന ചെലവിൽ (capital expenditure) കാര്യമായി കുറവ് വരുത്തിയതുമൂലം (5.6 ശത

മാനത്തിൽനിന്ന് 5.1 ശതമാനമായി) കേന്ദ്രഗവണ്മെന്റിന്റെ മൊത്തം ചെലവിൽ ശ്രദ്ധേയമായ കുറവ് അനുഭവപ്പെട്ടു (മൊത്തം വികസനചെലവിൽ ഗവണ്മെന്റിന്റെ പങ്ക് കുറയുന്നു). ഇത്തരത്തിലുള്ള ഗവണ്മെന്റിന്റെ താഴ്ന്ന മൂലധന നിക്ഷേപം (low public investment) രാജ്യത്തിന്റെ പശ്ചാത്തല വികസനത്തിന് തിരിച്ചടിയായി (2001–02ലെ ആഗോള മത്സരക്ഷമതാ റിപ്പോർട്ട് പ്രകാരം പശ്ചാത്തലവികസനത്തിന്റെ ഗുണമേന്മയിൽ ഇന്ത്യ 75 രാഷ്ട്രങ്ങളുടെ പട്ടികയിൽ 66–ാമത് നിൽക്കുന്നു). പശ്ചാത്തല വികസനസൗകര്യത്തിലുള്ള ഈ വലിയ വിടവ് ('infrastructure gap') നികത്താൻ സ്വകാര്യമേഖലയ്ക്കു കഴിയുന്നില്ല. പ്രധാനമായും വൈദ്യുതി, റോഡ്, പാർപ്പിടം, കുടിവെള്ളം, പരിസ്ഥിതി തുടങ്ങിയ മേഖലകളാണ് സ്വകാര്യവൽക്കരണത്തിന്റെ ഫലമായി അവഗണനയെ നേരിടുന്നത്. താരതമ്യേന ലാഭംകുറഞ്ഞ ഇത്തരം രംഗങ്ങൾ ലാഭകേന്ദ്രിതമായ സ്വകാര്യവൽക്കൃത വ്യവസ്ഥയിൽ തള്ളപ്പെട്ടുപോകുന്നത് സ്വാഭാവികമാണ്.

ഗവണ്മെന്റിന്റെ പൊതുചെലവ് കുറയ്ക്കുന്നത് പൊതു അജണ്ടയായി പരിഷ്കാര നടപടികളിൽ കാണാം. വർദ്ധിച്ചുവരുന്ന പൊതുകടം കുറയ്ക്കുന്നതിന് വിവിധ പദ്ധതികൾ സർക്കാർ ആവിഷ്കരിച്ചു. വർദ്ധിച്ച നഷ്ടം വരുത്തുന്ന പൊതുമേഖലാ സംരംഭങ്ങൾ വിറ്റഴിക്കുക (disinvestment), പൊതുമേഖലാസംരംഭങ്ങളിലെ ജീവനക്കാർക്ക് സ്വയം വിരമിക്കൽ പദ്ധതി (Voluntary Retirement Scheme) ആവിഷ്കരിക്കുക, സുതാര്യവും കൃത്യമായി നിർവ്വചിക്കപ്പെട്ടതുമായ സബ്സിഡിനയം ആവിഷ്കരിക്കുക, ഊർജ്ജം, ഗതാഗതം, ജലസേചനം, കൃഷി, വിദ്യാഭ്യാസം എന്നീ രംഗങ്ങളിലെ യൂസർ ചാർജ്ജ് വർദ്ധിപ്പിക്കുന്നതിലൂടെ സബ്സിഡികൾ വെട്ടിക്കുറയ്ക്കുകയും സർക്കാരിന്റെ ബാധ്യത ലഘൂകരിക്കുകയും ചെയ്യുക പൊതുഭരണ സംവിധാനത്തിന്റെ വലിപ്പം (central and state) കുറയ്ക്കുക, പുതിയ നിയമനങ്ങൾ മരവിപ്പിക്കുക, കമ്പ്യൂട്ടർവൽക്കരണവും ആധുനിക വിവരവിനിമയ സംവിധാനങ്ങളും ഉപയോഗപ്പെടുത്തി നികുതി വെട്ടിപ്പ് പരമാവധി ഇല്ലാതാക്കാൻ *രാജാ ചെല്ലയ്യ (1994) നിർദ്ദേശങ്ങൾ* നടപ്പിലാക്കുക, എല്ലാ പ്രധാന നികുതികളുടെയും (customs, income tax, central excise) നിരക്കുകളും സ്ലാബുകളും കുറയ്ക്കുക, നികുതിദായകരുടെ വ്യാപ്തി കൂട്ടുക, ആഭ്യന്തര ഉൽപ്പാദനത്തിനും വ്യാപാരത്തിനും മൂല്യവർദ്ധിത നികുതി (VAT) ഏർപ്പെടുത്തുക, നികുതിവകുപ്പ് ആധുനികവൽക്കരിക്കുക എന്നിവ സർക്കാർ നയത്തിന്റെ ഭാഗമായി അംഗീകരിക്കപ്പെട്ടു.

2002–ലെ കേൽക്കാർ കമ്മിറ്റി പ്രത്യക്ഷനികുതി മേഖലയിലും പരോക്ഷ നികുതി മേഖലയിലും ശ്രദ്ധേയമായ പരിഷ്കാരങ്ങൾ നിർദ്ദേശിച്ചു (നികുതി മേൽനോട്ടത്തിൽ നികുതി ദായകന് ഗുണപരമായ സൗകര്യങ്ങൾ ലഭ്യമാക്കുക, എല്ലാ സാമ്പത്തിക പ്രവർത്തനങ്ങളും PAN–ന്റെ

അധീനതയിൽ കൊണ്ടുവരിക, വ്യക്തിഗത ആദായനികുതി പരിധി ഉയർത്തുക, കോർപ്പറേറ്റ് നികുതി നിരക്കുകൾ കുറയ്ക്കുക, ആൾട്ടർനേറ്റ് ടാക്സിന്റെ കുറഞ്ഞ പരിധി എടുത്തുകളയുക, സ്വത്തു നികുതി (wealth tax) എടുത്തുകളയുക, കസ്റ്റംസ് തീരുവയിൽ ബഹുതല 'ലെവി'കൾക്കു പകരം മൂന്ന് തലത്തിലുള്ള 'ഡ്യൂട്ടി'കളായി ചുരുക്കുക, സെൻട്രൽ എക്സൈസിൽ ENVAT-ന്റെ അടിസ്ഥാനത്തിൽ ലെവി ഏർപ്പെടുത്തുക എന്നിവയാണ് പ്രധാന നിർദ്ദേശങ്ങൾ. അവ ഏറെക്കുറെ നടപ്പിലാക്കുകയും ചെയ്തു. ഇത്തരത്തിലുള്ള നികുതി സിദ്ധാന്തങ്ങളും പരിഷ്കാരങ്ങളും (Laffer theory – നികുതി നിരക്ക് കുറച്ച് തൊഴിൽ ചെയ്യാനുള്ള പ്രചോദനം വർദ്ധിപ്പിക്കുക, നികുതിദായകരുടെ സാമ്പത്തിക അടിത്തറ ശക്തിപ്പെടുത്തി ഉൽപ്പാദനവും വരുമാനവും കൂട്ടുക എന്ന സിദ്ധാന്തം) ഒരു പരിധിവരെ നമ്മുടെ നികുതിവരുമാനം വർദ്ധിപ്പിക്കുന്നതായി കാണാം (പ്രത്യേകിച്ചും കഴിഞ്ഞ 2007–08 വരെ, പ്രത്യക്ഷ നികുതി വരുമാനം പരോക്ഷ നികുതിയെ മറികടന്ന് ചരിത്രം സൃഷ്ടിച്ചു).

ഇന്ത്യൻ സമ്പദ് വ്യവസ്ഥ (1990–97) പഞ്ചവത്സരപദ്ധതികളിലൂടെ

മേൽ പ്രതിപാദിച്ച സാമ്പത്തിക പരിഷ്കാരങ്ങൾ ഇന്ത്യൻ സമ്പദ്വ്യവസ്ഥയിൽ ആവിഷ്കരിക്കുന്നതിന് പൊതുമേഖല അധിഷ്ഠിത വികസനനയത്തിൽ നിന്നും (1956, IPR) കമ്പോള (IPR 1991) ആഗോളീകൃത സമ്പദ്വ്യവസ്ഥയിലേക്ക് ചുവടുമാറ്റിയപ്പോഴും രാജ്യത്തിന്റെ വികസനം സാമ്പത്തികാസൂത്രണത്തിന്റെയും പഞ്ചവത്സരപദ്ധതികളുടെയും അടിത്തറയിൽ നിന്നുകൊണ്ടായിരുന്നു. എന്നാൽ വികസനതന്ത്രം 'നെഹ്റു–മഹാലനോബിസ് മോഡലി'നു പകരം 'റാവു–മൻമോഹൻ മോഡലി'ന് വഴിമാറിക്കൊടുത്തു (Inward oriented developmental strategy or import substitution strategy Vs export-led growth strategy or public sector economy Vs free market economy). അതുകൊണ്ടുതന്നെ ഈ കാലയളവിലെ (1991–97; post-reform period) രാജ്യത്തിന്റെ വികാസം പഞ്ചവത്സരപദ്ധതികളിലെ ലക്ഷ്യങ്ങളുടെ അടിസ്ഥാനത്തിൽ വിലയിരുത്തുകയെന്നത് വളരെ പ്രാധനമാണ്.

1990–നും 1991–നും ഇടയിൽ ഇന്ത്യ ജനതാഗവണ്മെന്റിന്റെയും (1990–91) ചന്ദ്രശേഖർ ഗവണ്മെന്റിന്റെയും (1991) ഹ്രസ്വകാല ഭരണത്തിന് സാക്ഷ്യം വഹിച്ചു. രാഷ്ട്രീയ അസ്ഥിരതയും സാമ്പത്തിക തകർച്ചയും (fiscal crisis) സാമ്പത്തിക വളർച്ചാ മുരടിപ്പും (2.5%) ഈ കാലയളവിൽ ഒരു പഞ്ചവത്സരപദ്ധതിയുടെ നടത്തിപ്പ് അപ്രായോഗികമാക്കി. 1991–ൽ അധികാരത്തിൽ വന്ന നരസിംഹറാവു സർക്കാർ 1992–ൽ എട്ടാം പഞ്ചവത്സര പദ്ധതിക്ക് രൂപംകൊടുത്തു.

പട്ടിക

പദ്ധതി	പ്രധാന ലക്ഷ്യങ്ങൾ	വളർച്ച	
		expected target	actual
1990–92 Annual plan			
VIII 1992-97	മാനവമുഖമുള്ള വികസനം, മാനവ വിഭവ വികസനം, സ്വകാര്യമേഖലയ്ക്ക് കൂടിയ പങ്കാളിത്തം, പശ്ചാത്തല സൗകര്യ വികസനം, വിപണി വികാസവും സാമ്പത്തിക കാര്യക്ഷമതയും	5.6%	6.8%
IX 1997-2002	സമത്വവും സാമൂഹ്യനീതിയും പ്രദാനം ചെയ്യുന്ന സാമ്പത്തിക വളർച്ച (growth with social justice & equality)	6.5%	5.4%
X 2002-07	മാനവ വികാസവും ക്ഷേമവും (human development & well being) കൈവരിക്കുക, 5% കണ്ട് ദാരിദ്ര്യ നിലവാരം കുറയ്ക്കുക മെച്ചപ്പെട്ട തൊഴിൽ, അടിസ്ഥാന സൗകര്യങ്ങളുടെ സാമീപ്യവും ലഭ്യതയും	8.0%	7.8%

സാമ്പത്തിക പരിഷ്കാരങ്ങൾ നടപ്പിലായിത്തുടങ്ങിയതോടെ കേന്ദ്രീകൃത ആസൂത്രണരീതിയിൽനിന്നുള്ള (centralised planning) ചുവടുമാറ്റം ദൃശ്യമായി. അന്നുവരെയുള്ള പഞ്ചവത്സര പദ്ധതികളുടെ അടിസ്ഥാനസ്വഭാവത്തിൽ നിന്നുള്ള കാതലായ മാറ്റമായിരുന്നു അത്. 'ഇൻഡിക്കേറ്റീവ് പ്ലാനിങ്ങ് അഥവാ ഫെസിലിറ്റേറ്ററി പ്ലാനിങ്ങ്' (indicative planning or facilitatory planning) നിലവിൽ വന്നു. ഭരണകൂടം ചില പ്രഖ്യാപിത ലക്ഷ്യങ്ങൾ മുന്നോട്ടുവയ്ക്കുകയും അവയ്ക്ക് ആവശ്യമായ സൗകര്യങ്ങൾ സജ്ജീകരിക്കുകയും സ്വകാര്യ മേഖലയ്ക്ക് പരമാവധി പ്രവർത്തനസ്വാതന്ത്ര്യം അനുവദിക്കുകയും ചെയ്യുന്ന മുതലാളിത്ത രീതിയാണിത്. എട്ടാം പഞ്ചവത്സര പദ്ധതിയിൽ ഈ നയം പ്രാവർത്തികമായി.

എട്ടാം പഞ്ചവത്സരപദ്ധതി മുഖ്യമായും വിദേശ വ്യാപാര ഇടപാടുകളിലെ അസന്തുലിതാവസ്ഥയും സാമ്പത്തിക തകർച്ചയും വർദ്ധിച്ചുവരുന്ന വിദേശ കടവും നാണയപ്പെരുപ്പവും ക്രമീകരിക്കുക എന്ന വെല്ലുവിളിയാണ് ഏറ്റെടുത്തത്.

മെഹലനോബിസ്

സാമ്പത്തിക പരിഷ്കരണത്തിന്റെ പശ്ചാത്തലത്തിൽ വികസന തന്ത്രത്തിൽ ഘടനാപരമായ ചുവടുമാറ്റം ഈ പദ്ധതിക്കാലത്തുണ്ടായി. വികസന പ്രക്രിയയിൽ പൊതുമേഖലയുടെ പങ്ക് (role of public sector or state) പുനർ നിർവ്വചനത്തിന് വിധേയമായി. സാമൂഹ്യ ആവശ്യങ്ങളായ വിദ്യാഭ്യാസം, ആരോഗ്യം, ജനസംഖ്യാ നിയന്ത്രണം, പൊതുവിതരണ സമ്പ്രദായം, ദുർബല ജനവിഭാഗത്തിന്റെ താൽപ്പര്യങ്ങൾ എന്നീ മേഖലകളിൽ സ്റ്റേറ്റിനുള്ള പ്രാമുഖ്യവും മേൽനോട്ടവും തുടരാം. എന്നാൽ വിപണി അധിഷ്ഠിത സ്വകാര്യമേഖലയുടെ ഉൽപ്പാദനക്ഷമതയും കാര്യക്ഷമതയും വർദ്ധിപ്പിക്കുന്നതിന് സർക്കാർ പ്രാധാന്യം നൽകണം. വളർച്ചയെ സഹായിക്കുന്ന പശ്ചാത്തല സൗകര്യവികസനത്തിൽ മാത്രമായി പൊതുമേഖല അതിന്റെ ശ്രദ്ധ കേന്ദ്രീകരിക്കണം – ഇതായിരുന്നു പുതിയ സമീപനം. മാറിയ സാഹചര്യത്തിലെ ആസൂത്രണത്തിന്റെ പങ്ക് പ്ലാനിങ്ങ് കമ്മീഷൻ ഇങ്ങനെ വിശദീകരിക്കുന്നു: "ആസൂത്രണപ്രക്രിയയും കമ്പോളസംവിധാനവും പരസ്പര പൂരകമാണ്. കാര്യക്ഷമത വർദ്ധിപ്പിക്കാനുള്ള സങ്കേതമായി കമ്പോളസംവിധാനം പ്രവർത്തിക്കും. ദീർഘകാല സാമൂഹ്യലക്ഷ്യങ്ങൾ മുന്നോട്ടുവയ്ക്കുന്ന ആസൂത്രണ പ്രക്രിയ ഇതിനാകെ മാർഗ്ഗദർശനമായി വർത്തിക്കുകയും ചെയ്യും." "Planning and market mechanism should be so dovetailed that one is complimentary to the other. Market-mechanism must serve as an "efficiency promoting device', while planning will be the larger guiding force keeping the long - term social goals in the plan perspective" (Planning Commission VIII five year plan (1992–97).

എട്ടാം പഞ്ചവത്സരപദ്ധതി പദ്ധതിലക്ഷ്യത്തെ അതിജീവിച്ച വളർച്ചാനിരക്ക് (6.8%) കൈവരിച്ചു. (ഈ കാലഘട്ടത്തിൽ പൊതുമേഖലാ നിക്ഷേപത്തിൽ ഗണ്യമായ കുറവ് (34%) അനുഭവപ്പെട്ടു). ഒപ്പം തന്നെ ശോച്യാവസ്ഥയിലായിരുന്ന വിദേശ നാണയ ശേഖരം $ 18 ബില്യൺ ആയി ഉയർന്നു. കാർഷിക മേഖലയും ഒരുവിധം മെച്ചപ്പെട്ട പ്രകടനം കാഴ്ചവച്ചു. ഭക്ഷ്യധാന്യ ഉൽപ്പാദനം 199 മില്യൺ ടൺ (1994 –97) ആയി ഉയർന്നു. ഈ കാലയളവിൽ വ്യാവസായിക മേഖല 7.3% വളർച്ചാനിരക്ക് രേഖപ്പെടുത്തി. മാറിവന്ന നയസാഹചര്യങ്ങളുമായി

പൊരുത്തപ്പെടാനുള്ള വിഷമതകൾ വിവിധ വ്യവസായ സംരംഭങ്ങൾക്ക് (foreign competition, dumping by foreign company power storage) അഭിമുഖീകരിക്കേണ്ടി വന്നു.

രാജ്യത്തിന്റെ വികസനം ഇറക്കുമതി നിയന്ത്രണത്തിലൂടെയോ ലൈസൻസിങ്ങ് മെക്കാനിസത്തിലൂടെയോ അല്ല, ആധുനികവൽക്കരണത്തിലൂടെയും വ്യാവസായിക-വ്യാപാര നയംമാറ്റത്തിലൂടെയുമാണ് സാധ്യമാവുക എന്നായിരുന്നു എട്ടാംപഞ്ചവത്സരപദ്ധതി ഉദ്ഘോഷിച്ചത്. എന്നാൽ സാമൂഹ്യനീതിയും സാമ്പത്തിക വളർച്ചയും ഒരുമിച്ചു പോകുക ബുദ്ധിമുട്ടാണെന്ന് ഈ പദ്ധതിക്കാലയളവ് തെളിയിച്ചു. ലക്ഷ്യമിട്ടിരുന്നതിലും കുറച്ച് തൊഴിലവസരങ്ങൾ മാത്രമേ പദ്ധതിക്കാലയളവിൽ സൃഷ്ടിക്കപ്പെട്ടുള്ളു (2.6% - 2% per anum). ഈ കാലയളവിൽ വില സൂചിക (consumer price index for agricultural labour by 11.6%, industrial workers by 10.3%) ഗണ്യമായി ഉയർന്നു. ദാരിദ്ര്യ രേഖയ്ക്ക് താഴെയുള്ളവരുടെ എണ്ണത്തിലും ഗണ്യമായ കുറവുണ്ടാക്കാൻ കഴിഞ്ഞില്ല. ഉയർന്ന മൂലധന സന്നിവേശവും സാങ്കേതികവൽക്കരണവും തൊഴിൽ സാധ്യത കുറച്ചു. ഒപ്പം സ്വകാര്യ ഉപഭോക്തൃ ഉൽപ്പന്ന വ്യവസായശാലകളിൽനിന്നും തൊഴിലാളികളെ വൻതോതിൽ പിരിച്ചുവിടുകയുമുണ്ടായി (displacement). ഉൽപ്പാദനത്തിന്റെയും വളർച്ചയുടെയും കാര്യത്തിൽ മുന്നോട്ടു പോയപ്പോൾ വിപണി അധിഷ്ഠിത വികസന തന്ത്രം ജനങ്ങളുടെ അടിസ്ഥാന വികസനത്തിലും സാമൂഹ്യ നീതി ഉറപ്പു വരുത്തുന്നതിലും പരാജയപ്പെട്ടു.

'സമത്വവും സാമാന്യ നീതിയും ലഭ്യമാകുന്ന ഉയർന്ന സാമ്പത്തിക വളർച്ച' - ഇതായിരുന്നു ഒൻപതാം പദ്ധതിയുടെ ആത്യന്തിക ലക്ഷ്യം. ഈ പദ്ധതിയും പുത്തൻ സാമ്പത്തിക പരിഷ്കാരങ്ങളുടെ പ്രയോഗങ്ങൾ ആവിഷ്കരിക്കുന്നതിന് മുൻഗണന നൽകി. കാർഷിക മേഖലയുടെയും ഗ്രാമീണ മേഖലയുടെയും വികാസത്തിന് മുന്തിയ പരിഗണന നൽകിയ പദ്ധതി സമൂഹത്തിന് അടിസ്ഥാന മിനിമം സൗകര്യങ്ങൾ പ്രദാനം ചെയ്യുന്നതിനും (സാർവ്വത്രിക വിദ്യാഭ്യാസം, പാർപ്പിടം, കുടിവെള്ളം) ഊന്നൽ നൽകി. ഒപ്പംതന്നെ, സ്റ്റേറ്റ് കൃത്യമായും മേൽനോട്ടം (വിപണിയുടെ പ്രവർത്തനം അപൂർണ്ണമാകുമ്പോൾ) വഹിക്കേണ്ട മേഖലകൾ പദ്ധതി എടുത്തു പറഞ്ഞു: മാനവ വിഭവശേഷിയുടെ ഗുണനിലവാര വർദ്ധന, ഉൽപ്പാദനക്ഷമമാർന്ന തൊഴിൽ സൃഷ്ടിക്കൽ, പ്രാദേശിക സന്തുലിതാവസ്ഥ എന്നിവ ഇതിൽ പ്രാധാന്യമർഹിക്കുന്നു.

ലക്ഷ്യമിട്ട വളർച്ചാനിരക്ക് (7%) കൈവരിക്കുന്നതിൽ ഒമ്പതാം പദ്ധതി പരാജയപ്പെട്ടു (5.35%). കാർഷിക മേഖലയിലും ലക്ഷ്യമിട്ട വളർച്ചാനിരക്ക് കൈവരിക്കാനായില്ല (ഭക്ഷ്യോൽപ്പാദനം 211 മില്യൺ ടൺ ആയി ഉയർന്നു. ഇത് ലക്ഷ്യമിട്ടതിലും കുറവായിരുന്നു). വ്യാവസായിക മേഖലയിലെ പ്രകടനവും ലക്ഷ്യത്തിലും (8.1%) വളരെ പിറ

കിലായിരുന്നു (5%). അതാകട്ടെ എട്ടാം പഞ്ചവത്സരപദ്ധതിയിലെ വളർച്ചാ നിരക്കിനേക്കാളും (7.3%) താഴ്ന്നതായിരുന്നു. ഒൻപതാം പദ്ധതിക്കാലത്തെ വ്യാവസായിക മുരടിപ്പിനെപ്പറ്റി പത്താം പദ്ധതിരേഖ ഇങ്ങനെ പറയുന്നു: വ്യാവസായിക മാന്ദ്യം എല്ലാ രംഗത്തും ദൃശ്യമാണ്. നിർമ്മിതവസ്തുക്കൾ, വൈദ്യുതി, ഖനനം, ക്യാപിറ്റൽ ഉരുപ്പടികൾ, ഇന്റർമീഡിയറ്റ് ചരക്കുകൾ, ഉപഭോഗവസ്തുക്കൾ തുടങ്ങി സർവ്വതിനെയും അത് ബാധിച്ചിരിക്കുന്നു. "The industrial slowdown is widespread, covering all broad sectors, manufacturing electricity and mining, capital goods intermediate goods and consumer goods." ആഭ്യന്തര വിദേശ ആവശ്യകതയിലുള്ള കുറവും പൊതുമേഖല നിക്ഷേപത്തിലുണ്ടായ കുറവും സ്വകാര്യ നിക്ഷേപം വഴി പരിഹരിക്കാൻ കഴിയാത്തതും നിർമ്മാണ കയറ്റുമതി വ്യവസായത്തെ മന്ദീഭവിപ്പിച്ചു. ഈ കാലയളവിൽ ഗ്രാമീണ മേഖലയിലെ ദാരിദ്ര്യവും തൊഴിലില്ലായ്മയും കാര്യമായി കുറയ്ക്കാൻ കഴിഞ്ഞില്ലെന്ന് ഗൗരവ് ദത്തയെപ്പോലുള്ള സാമ്പത്തിക വിദഗ്ദ്ധർ ചൂണ്ടിക്കാട്ടുന്നു.

1990-കളിലുണ്ടായ താരതമ്യേന ഉയർന്ന വളർച്ചാനിരക്കിന്റെ പശ്ചാത്തലത്തിലാണ് പത്താം പഞ്ചവത്സരപദ്ധതി (2002-07) രൂപം നൽകിയത്. എന്നാൽ പുത്തൻ സാമ്പത്തിക പരിഷ്കാരങ്ങളുടെയും വിപണി അധിഷ്ഠിത വികസന തന്ത്രത്തിന്റെയും ദൗർബല്യങ്ങൾ ഈ കാലയളവിൽ (1990കളിൽ) ശ്രദ്ധിക്കപ്പെട്ടു. ലക്ഷ്യമിട്ട തൊഴിലവസരങ്ങൾ സൃഷ്ടിക്കുന്നതിൽ തുടർച്ചയായി സംഭവിച്ച പരാജയം, ദുർബല ജനവിഭാഗങ്ങൾക്ക് അടിസ്ഥാനസൗകര്യങ്ങൾ ലഭ്യമാക്കുന്നതിലെ മന്ദഗതി, പാരിസ്ഥിതിക പ്രശ്നങ്ങൾ, ഭക്ഷ്യസുരക്ഷിതത്വം ഉറപ്പുവരുത്തുന്നതിലെ വീഴ്ച, പുത്തൻ ആരോഗ്യ പ്രശ്നങ്ങൾ എന്നിവ കടുത്ത വിമർശനങ്ങൾ ക്ഷണിച്ചുവരുത്തുകയുണ്ടായി. വ്യാവസായിക മേഖലയിലെ സ്വകാര്യപങ്കാളിത്തം വർദ്ധിപ്പിക്കുന്നതിലായിരുന്നു പത്താംപദ്ധതിയിലെ ഊന്നൽ. സാമൂഹ്യമേഖലയിലെ വികാസത്തിന് സ്റ്റേറ്റ് നേതൃത്വം നൽകണമെന്നും നിർദ്ദേശിക്കപ്പെട്ടു. രാജ്യത്തിന്റെ പ്രതിശീർഷ വരുമാനം വരുന്ന 20 വർഷങ്ങളിൽ ഇരട്ടിയാക്കുന്നതിന് (ജനസംഖ്യ വളർച്ചാനിരക്ക് 1.6 ശതമാനം പ്രതീക്ഷിക്കു

മോണ്ടേക് സിംഗ് അലുവാലിയ

മ്പോൾ) 8 ശതമാനം വളർച്ചാനിരക്ക് പത്താം പദ്ധതിയിൽ ആവശ്യമാണെന്ന് കണ്ടു. എന്നാൽ പദ്ധതിക്കാലത്ത് 7.8 ശതമാനം വളർച്ചകൊണ്ട് തൃപ്തിപ്പെടേണ്ടിവന്നു. കാർഷിക മേഖലയിൽ 4 ശതമാനംകണ്ട് വളർച്ച ലക്ഷ്യമിട്ടെങ്കിലും 2 ശതമാനത്തിലും താഴ്ന്ന വളർച്ചാനിരക്കേ കൈവരിക്കാൻ കഴിഞ്ഞുള്ളു. വ്യാവസായിക മേഖലയിലും സേവന മേഖലയിലും വിശിഷ്യ വിവര സാങ്കേതികവിദ്യ, സോഫ്റ്റ്വേർ വ്യവസായം, വാർത്താവിനിമയം എന്നീ രംഗങ്ങളിൽ വൻ കുതിച്ചുചാട്ടം ഉണ്ടാക്കാൻ ഈ പദ്ധതിക്കാലത്ത് കഴിഞ്ഞു. ദാരിദ്ര്യത്തിന്റെ കാര്യത്തിലും (below poverty line 22% in 2005) തൊഴിലില്ലായ്മ പരിഹരിക്കുന്നതിലും പദ്ധതി അമ്പേ പരാജയപ്പെട്ടു. ദുർബല ജനവിഭാഗങ്ങൾ തൊഴിൽമേഖലയിൽനിന്ന് വൻതോതിൽ പിരിച്ചുവിടപ്പെടുകയാണ്. സ്വകാര്യ സംരംഭകരെ സഹായിക്കുന്നതിനുവേണ്ടി ഏർപ്പെടുത്തിയിട്ടുള്ള പ്രത്യേക സാമ്പത്തികമേഖല (Special Economic Zone), വ്യാവസായിക ടൗൺഷിപ്പ് (Industrial township) തുടങ്ങിയ ക്രമീകരണങ്ങൾ കർഷകർക്ക് കൃഷിയിടവും കിടപ്പാടവും നഷ്ടപ്പെടുത്തുന്നതിന് നിരവധി ഉദാഹരണങ്ങളുണ്ട്. വഴിവാണിഭക്കാരും (street vendors) ചെറുകിട കച്ചവടക്കാരും (petty traders) കുത്തകകളുടെ (corporate/MNCS) തള്ളിക്കയറ്റത്തിൽ ജീവിതോപാധികൾ നഷ്ടപ്പെട്ട് പാർശ്വവൽക്കരിക്കപ്പെട്ടുകൊണ്ടിരിക്കുന്നു. ഇത്തരം പ്രവണതകൾ ഇന്ത്യൻ സമൂഹത്തിൽ വളരെ പ്രകടമായ കാലയളവായിരുന്നു പത്താം പദ്ധതിക്കാലം. ഇതു മനസ്സിലാക്കിയാണ് പ്രധാനമന്ത്രി ഡോ: മൻമോഹൻ സിംഗും പതിനൊന്നാം പദ്ധതിയുടെ ആസൂത്രകരും (Dr Montek Singh Allenwalliah) ഒരേ സ്വരത്തിൽ പറഞ്ഞത്; പതിനൊന്നാം പദ്ധതിയുടെ ലക്ഷ്യം "വേഗതയാർന്നതും എല്ലാ മേഖലകളെയും ഉൾക്കൊള്ളുന്നതുമായ വികസനമാണ്" (faster and inclusive growth) നാളിതുവരെയുള്ള വികസനം എല്ലാ ജനവിഭാഗങ്ങൾക്കും അനുഭവവേദ്യമാക്കുന്നതിൽ വീഴ്ച സംഭവിക്കുകയോ കുറേപ്പേർ വികസനപ്രക്രിയയുടെ പമ്പാവിൽ നിന്ന് തള്ളിയകറ്റപ്പെടുകയോ ചെയ്തുവെന്ന വിമർശനത്തിന് സാധൂകരണം നൽകുന്നതാണ് ഈ പ്രഖ്യാപനം. പതിനൊന്നാം പദ്ധതിയുടെ സമീപനരേഖയുടെ ആമുഖത്തിൽ ഇങ്ങനെ പറയുന്നു:

> നമ്മുടെ ജനസംഖ്യയിൽ നല്ലൊരു വിഭാഗത്തിന്റെയും ജീവിതനിലവാരം ഇന്നും കാര്യമായി മെച്ചപ്പെട്ടിട്ടില്ല. ദാരിദ്ര്യരേഖയ്ക്കു താഴെ കഴിയുന്നവരുടെ ശതമാനത്തിൽ വരുന്ന കുറവ് തീർത്തും മന്ദഗതിയിലാണ്. ആരോഗ്യരക്ഷ, വിദ്യാഭ്യാസം, ശുദ്ധമായ കുടിവെള്ളം, വൃത്തിയുള്ള ചുറ്റുപാട് തുടങ്ങിയ അടിസ്ഥാന സൗകര്യങ്ങൾ ജനസംഖ്യയിൽ നല്ലൊരുവിഭാഗത്തിന് ഇനിയും പ്രാപ്യമായിട്ടില്ല. ഇത്തരം അടിസ്ഥാനസൗകര്യങ്ങൾ ലഭ്യമല്ലാത്ത ജനവിഭാഗങ്ങൾക്ക്

രാജ്യത്തിന്റെ സാമ്പത്തികവളർച്ചയുടെ സദ്ഫലങ്ങളിൽനിന്ന് സ്വന്തം പങ്കുപിടിച്ചുപറ്റാൻ കഴിയില്ല. (*സമീപനരേഖ,* പതിനൊന്നാം പദ്ധതി).

"... It is also true that large parts of over population are still to experience a decisive improvement in their standard of living. The percentage of population below the poverty line is declining but only at a modest pace. Far too many people lack access to basic services such as health, education, clean drinking water and sanitation facilities without which they cannot be empowered to claim their share in the benefits of growth." (Approach Paper to 11th Five Year Plan).

പുത്തൻ സാമ്പത്തിക പരിഷ്കാരങ്ങളുടെ പ്രതിഫലനങ്ങൾ: ഒരു വിലയിരുത്തൽ

ഇന്ത്യയിൽ ആവിഷ്കരിച്ച പുത്തൻ സാമ്പത്തിക നയങ്ങൾ (ഉദാരവൽക്കരണം, സ്വകാര്യവൽക്കരണം, ആഗോളവൽക്കരണം) ചരക്കുകളുടെയും സേവനത്തിന്റെയും മൂലധനത്തിന്റെയും സാങ്കേതികവിദ്യയുടെയും തൊഴിലിന്റെയും മാനവമൂലധനത്തിന്റെയും ആഗോള വിപണി തേടിയുള്ള സ്വതന്ത്ര സഞ്ചാരത്തിനും കൈമാറ്റത്തിനും വഴിതുറന്നു. വിരുദ്ധ അഭിപ്രായങ്ങൾ നിലനിന്ന സാഹചര്യത്തിലാണ് ഇന്ത്യയിൽ ഇത്തരത്തിൽ കമ്പോളസമ്പദ്വ്യവസ്ഥയുടെ നയങ്ങൾ ആവിഷ്കരിച്ചത്. ഈ പരിഷ്കാരക്രമങ്ങൾ ഒന്നാംതലമുറ പരിഷ്കാരങ്ങളെന്നും രണ്ടാംതലമുറ പരിഷ്കാരങ്ങളെന്നും രണ്ടു ഘട്ടങ്ങളായാണ് മനസ്സിലാക്കപ്പെടുന്നത്. സർക്കാരിന്റെ ലൈസൻസ്-ക്വാട്ട-പെർമിറ്റ് രാജിൽ (LQP) നിന്നും ഉദാരവൽക്കരണ-സ്വകാര്യവൽക്കരണ-ആഗോളവൽക്കരണങ്ങളിലേക്കുള്ള (LPG) ചുവടുമാറ്റമാണ് ഒന്നാം 'തലമുറ'യിൽ നടന്നത്. ഡീലൈസൻസിങ്ങ്, ഡീറിസർവേഷൻ, ഡീറെഗുലേഷൻ, ഡിസ്ഇൻവെസ്റ്റ്മെന്റ് എന്നിവയിലൂടെ സ്വകാര്യ സാമ്പത്തിക പ്രവർത്തനങ്ങൾക്കുമേലുള്ള നിയന്ത്രണങ്ങൾ സർക്കാർ എടുത്തുകളഞ്ഞു. പരിഷ്കാരങ്ങളുടെ ആദ്യഘട്ടമെന്ന നിലയിൽ സമ്പദ്വ്യവസ്ഥയുടെ സുസ്ഥിരീകരണത്തിന് (stabilisation) ഒന്നാംതലമുറയിൽ ഊന്നൽ നൽകപ്പെട്ടു (1991 മുതൽ 1998 വരെ). ആദ്യ ഘട്ടത്തിലുൾപ്പെടുത്താതിരുന്ന ഉൽപ്പാദന ഘടകങ്ങളുടെ വിപണിപരിഷ്കാരങ്ങൾ - തൊഴിൽ വിപണി (labour market), മൂലധന വിപണി (capital market), പ്രകൃതി വിഭവചൂഷണം, നിയമ പരിഷ്കാരങ്ങൾ, കാർഷിക മേഖലാ പരിഷ്കാരങ്ങൾ (ഗാട്ട് കരാറിലെ വ്യവസ്ഥകൾ) എന്നിവ രണ്ടാംതലമുറ പരിഷ്കാരങ്ങളിൽ ഉൾപ്പെടുത്തപ്പെട്ടു. ഈ പരിഷ്കാരങ്ങളുടെയെല്ലാം ആത്യന്തികലക്ഷ്യം സ്വാംശീകരണവും ഉദാരവൽക്കരണവും (internalisation and liberalisation) തന്നെയായിരുന്നു.

ആഗോളവൽക്കരണപ്രക്രിയയിൽ ഏറ്റവും കൂടുതൽ നേട്ടങ്ങൾ

ലഭ്യമാകേണ്ടത് വ്യാപാരരംഗത്താണ്. കഴിഞ്ഞ 13 വർഷക്കാലമെടുത്താൽ വിദേശവ്യാപാരരംഗത്ത്, പ്രത്യേകിച്ച് ചരക്കുകയറ്റുമതി രംഗത്ത്, പ്രതിവർഷം ശരാശരി 9.1% വർദ്ധന രേഖപ്പെടുത്തി. പക്ഷേ, ഇന്ത്യയുടെ ലോകവ്യാപാരപങ്കാളിത്തം (world share)[0.51% –(1990), 0.73%–(2003)] ചെറിയ തോതിൽ മാത്രമേ വർദ്ധിച്ചിട്ടുള്ളു. എന്നാൽ സേവന കയറ്റുമതി (service export) രംഗം ഗണ്യമായ പുരോഗതി നേടി. ഈ രണ്ടു കയറ്റുമതിയും കൂടി കൂട്ടുകയാണെങ്കിൽ ഇന്ത്യയുടെ കയറ്റുമതിയിൽ ഗണ്യമായ മൂല്യവർദ്ധനയുണ്ടായി എന്നുകാണാം [$ 22.58 ബില്യൺ (1990) – $ 93.7 ബില്യൺ (2003)]. എന്നാൽ ഇറക്കുമതി കയറ്റുമതിയേക്കാൾ വർദ്ധിച്ചുവെന്ന് കാണാം (കയറ്റുമതിയിൽ ജി ഡി പിയുടെ 9.8 ശതമാനവും ഇറക്കുമതിയിൽ 13 ശതമാനവും വർദ്ധനവ്). ഇതിൽനിന്ന് അർത്ഥമാക്കുന്നത് വിദേശകമ്പനികൾ ഇന്ത്യൻ വിപണിയിൽ കൂടുതൽ ആധിപത്യം നേടിയെന്നും ഇന്ത്യൻ കമ്പനികൾക്ക് അവയോടു മത്സരിക്കുന്നതിൽ പൂർണ്ണമായി വിജയിച്ചിട്ടില്ലെന്നുമാണ്.

പുത്തൻ സാമ്പത്തിക പരിഷ്കാരങ്ങൾക്കുശേഷം നേരിട്ടുള്ള വിദേശനിക്ഷേപത്തിലും (FDI) ഫോറിൻ പോർട്ട്ഫോളിയോ നിക്ഷേപത്തിലും ഗണ്യമായ പുരോഗതി കൈവരിക്കാൻ കഴിഞ്ഞു ($ 11,377 million 2003-04, FDI $ 5653 million in 2004-05). 2000–ത്തിനുശേഷം ഇന്ത്യയിൽനിന്നും പുറത്തേക്കു പോകുന്ന നിക്ഷേപം (FDI out flow) 1.4 ബില്യൺ ഡോളർ വർദ്ധിച്ചു. ഇത്തരം FDI നിക്ഷേപങ്ങൾ മാതൃരാജ്യത്തിന്റെ ശേഷി വർദ്ധനയ്ക്കും വളർച്ചയ്ക്കുമാണ് ഉപയോഗിക്കേണ്ടത്. എന്നാൽ നമുക്ക് ചില ഉൽപ്പന്നങ്ങളിലുള്ള ആപേക്ഷിക മിച്ചം (comparative advantage) കുറയ്ക്കാനാണ് (outsourcing, in time delivery) ഇവ ശ്രമിക്കുന്നത്.

ഇന്ത്യയുടെ തൊഴിൽ നിലവാരം വഷളാക്കുകയാണ് പുത്തൻ സാമ്പത്തിക പരിഷ്കാരങ്ങൾ ചെയ്തത് (1983–94–ലെ തൊഴിൽ വളർച്ചാനിരക്ക് പ്രതിവർഷം 2.04 ആയിരുന്നത് 1994–2000–ത്തിൽ പ്രതിവർഷം 0.98% ആയി കുറഞ്ഞു). കാർഷിക മേഖല നേരിട്ട അവഗണനയുടെയും മറ്റു മേഖലകളിലെ തൊഴിൽ മരവിപ്പിക്കലിന്റെയും ഫലമാണിതെന്ന് കാണാം. ഈ പരിഷ്കാരങ്ങളുടെ ഫലമായി സംഘടിതമേഖലയിലെ തൊഴിലവസരങ്ങൾ (public sector & other organised sectors) കുറയുകയും അസംഘടിത മേഖലയിലെ തൊഴിലന്വേഷകർ കൂടുകയും ചെയ്തു (casual workers 28.7% in 1983 increased to 33.2% in 1999-2000 NSSO). അങ്ങനെ തൊഴിലില്ലായ്മ ശക്തിപ്പെടുകയും താൽക്കാലിക ജോലിക്കാരുടെയും താഴ്ന്ന വേതനക്കാരുടെയും പാർട്ട് ടൈം ജോലിക്കാരുടെയും തൊഴിൽ സുരക്ഷിതത്വം നഷ്ടമാവുകയും ചെയ്തു.

തൊഴിൽ സംഘടനകളുടെ കൂട്ടായ വിലപേശൽ (collective bargaining) ഗണ്യമായി കുറഞ്ഞതായും കാണാം (തൊഴിലാളി സംഘടനകൾ ജോലി നഷ്ടപ്പെടാതിരിക്കാൻ, വേതനം വെട്ടിക്കുറയ്ക്കൽ, ഡി

എ മരവിപ്പിക്കൽ, മറ്റാനുകൂല്യങ്ങൾ ഉപേക്ഷിക്കൽ ഇവയ്ക്ക് നിർബ ന്ധിതമായി). ഈ സാഹചര്യത്തിൽ സമരങ്ങളും 'ലോക്കൗട്ടു'കളും മറ്റും മൂലമുള്ള തൊഴിൽ ദിനനഷ്ടം നന്നേ കുറഞ്ഞു. തൊഴിലാളികളുടെയും അവരുടെ സംഘടനയുടെയും കലഹ മനോഭാവം കുറയ്ക്കുകയും തൊ ഴിലുടമയുടെ ആക്രമണോത്സുകത (militancy) വർദ്ധിക്കുകയും ചെയ്തു.

പുത്തൻ സാമ്പത്തിക പരിഷ്കാരങ്ങൾ ഒരുപക്ഷേ, സാമ്പത്തിക വളർച്ചയും കമ്പനികളുടെ ലാഭവിഹിതവും വർദ്ധിപ്പിച്ചിരിക്കാം. എന്നാൽ ഇവ ദാരിദ്ര്യത്തിന്റെ തീക്ഷ്ണത കുറയ്ക്കാൻ വേണ്ടത്ര സഹായിച്ചില്ല [(36% (1993–94) – 26.1% (1999–00)]. മറിച്ച് അസമത്വത്തിന്റെയും ഇല്ലാ യ്മയുടെയും കാഠിന്യം വർദ്ധിച്ചു (നഗരങ്ങൾക്കും ഗ്രാമങ്ങൾക്കും ഇട യിൽ വർദ്ധിച്ചുവരുന്ന വിടവ് ഉദാഹരണം). പ്രകൃതിവിഭവങ്ങളും (forest resources) ആദിവാസിജനതയും വൻതോതിൽ ചൂഷണം ചെയ്യപ്പെ ട്ടു. അവരുടെ അടിസ്ഥാനസൗകര്യങ്ങൾ ഇപ്പോഴും കവർന്നെടുക്കപ്പെ ട്ടുകൊണ്ടിരിക്കുന്നു.

വികസ്വരരാജ്യങ്ങൾ തങ്ങളുടെ വ്യാപാരനിയന്ത്രണങ്ങൾ എടുത്തു കളയുമ്പോൾ വികസിതരാജ്യങ്ങൾ (USA, UK, etc) അവരുടെ താൽപ്പ ര്യങ്ങൾക്കായി അത്തരം നിയന്ത്രണങ്ങൾ നിലനിർത്തുന്നതു കാണാം (labour laws, GATT). കാർഷിക മേഖലയിലെ സബ്സിഡി എടുത്തു കളയാൻ ദരിദ്രരാജ്യങ്ങളെ നിർബന്ധിക്കുന്ന സമ്പന്ന രാജ്യങ്ങൾ ഇപ്പോഴും കാർഷിക സബ്സിഡി നിലനിർത്തുന്നുണ്ട് എന്നതാണ് വാസ്തവം. ഗാട്ട് കരാറിലെ വ്യാപാരവ്യവസ്ഥകൾ പലതും വിക സ്വരരാജ്യങ്ങളെ പ്രതികൂലമായി ബാധിക്കുന്നതും വികസിതരാജ്യ ങ്ങൾക്ക് അനുകൂലവും ആണ്. (ഉദാഹരണത്തിന് ഇന്ത്യയിലെ പരുത്തി കർഷകരുടെ വർദ്ധിച്ച ആത്മഹത്യയുടെ കാരണങ്ങളിലൊന്ന് വികസിത രാഷ്ട്രങ്ങൾ താഴ്ന്ന വിലയ്ക്ക് ലോകവിപണിയിൽ അവരുടെ പരുത്തി ഉൽപ്പന്നങ്ങൾ വിറ്റഴിച്ച് ഇന്ത്യൻ കർഷകരെ തകർച്ചയിലേക്ക് തള്ളിവിട്ട താണ്).

കഴിഞ്ഞ 16 വർഷത്തെ പുത്തൻ സാമ്പത്തിക പരിഷ്കാരങ്ങളെ സാമ്പത്തിക വളർച്ചയുടെ ഏകജാലകത്തിലൂടെ നോക്കിക്കാണുന്നവ രുണ്ട്. യഥാർത്ഥ വിശകലനത്തിൽ രാജ്യം കൈവരിച്ച വളർച്ച തൊഴി ലില്ലായ്മയുടെയും അസമത്വത്തിന്റെയും വളർച്ച കൂടിയാണ് എന്ന് കാണാം (jobless growth). ഐ എൽ ഒ റിപ്പോർട്ടിൽ പ്രതിപാദിക്കു ന്നതുപോലെ ഈ പ്രക്രിയകൊണ്ട് നേട്ടമുണ്ടാക്കിയവരും നഷ്ടമനുഭ വിക്കുന്നവരുമുണ്ട്. "സാമ്പത്തിക പരിഷ്കാരങ്ങൾ ചിലരെ സഹായിച്ച പ്പോൾ മറ്റുചിലർക്ക് അവ നഷ്ടങ്ങളുണ്ടാക്കി. വിദ്യാഭ്യാസം സിദ്ധിച്ചവ രുടെയും സമ്പന്നരുടെയും ജീവിതം മെച്ചപ്പെട്ടു. വിവരസാങ്കേതിക (IT) രംഗം കൈവരിച്ച നേട്ടങ്ങൾ എടുത്തുപറയണം. എന്നാൽ അവയുടെ ഗുണഫലങ്ങൾ ഭൂരിപക്ഷമാളുകൾക്കും ഇനിയും പ്രാപ്യമായിട്ടില്ല. സാമൂ ഹികമായി പിന്നോക്കം നിൽക്കുന്നവർക്കും ദരിദ്ര ഗ്രാമീണർക്കുമാണ്

സാമ്പത്തിക പരിഷ്കാരങ്ങൾ നഷ്ടങ്ങൾ സമ്മാനിച്ചത്. ഇവരുടെ ഭാവിയെക്കുറിച്ചുള്ള പുതിയ സന്ദേഹങ്ങൾ ഉയർന്നു വന്നിരിക്കുന്നു. അരപ്പട്ടിണിക്കാരായ വലിയൊരു വിഭാഗത്തിന് അവരുടെ കഠിനാദ്ധ്വാനത്തിന്റെ നേട്ടങ്ങൾ നഷ്ടപ്പെട്ടുകൊണ്ടിരിക്കുന്നു... തെരഞ്ഞെടുക്കപ്പെട്ട പ്രാദേശിക ഭരണസമിതികളിൽ നിന്ന് അധികാരങ്ങൾ ആരോടും ബാധ്യതയില്ലാത്ത ബഹുരാഷ്ട്രതത്ത്വങ്ങളിലേക്ക് മാറുകയാണ്." (".... there had been winners and losers. The lives of the educated and the rich had been enriched by globalisation. The Information Technology (IT) sector was a particular beneficiary. But the benefits had not yet reached the majority and new risks had cropped up for the losers the socially deprived and the rural poor; significant numbers of ' non-perennial' poor who had worked hard to escape poverty, were finding their gains reversed ... power was shifting from elected local institutions to unaccountable transnational bodies" (WCSDG, 2004).

മുംബൈയിലെ ചേരിപ്രദേശം

സാമ്പത്തിക പരിഷ്കാരങ്ങളുടെ നേട്ടം ദുർബല ജനവിഭാഗങ്ങൾക്കും സാധാരണ തൊഴിലാളികൾക്കും ലഭ്യമാകണമെങ്കിൽ, അവരുടെ ജീവിതനിലവാരം മെച്ചപ്പെടണമെങ്കിൽ, സർക്കാർ നയങ്ങളിൽ അവരുടെ താൽപ്പര്യങ്ങൾക്ക് മുന്തിയ പരിഗണന ലഭിക്കണം. അവർക്കു വേണ്ടി ശബ്ദമുയർത്തുന്ന തൊഴിലാളി സംഘടനകൾക്കും രാഷ്ട്രീയ പാർട്ടികൾക്കും ഭരണസംവിധാനത്തെയും സർക്കാർ നയങ്ങളെയും സ്വാധീനിക്കാൻ തക്ക ജനപിന്തുണ ലഭ്യമാവണം. സാമൂഹ്യമേഖലയുടെ ശക്തമായ വികാസത്തിനും തൊഴിലവസരങ്ങൾ ഉറപ്പുവരുത്തുന്നതിനും ദുർബല ജനവിഭാഗങ്ങളുടെ കഴിവുകൾ വികസിപ്പിക്കാനുള്ള (skill development) പദ്ധതികൾക്കും

ആർജ്ജവത്തോടെ നേതൃത്വം നൽകാൻ സർക്കാർ സന്നദ്ധമാവണം. അനിയന്ത്രിത സാമ്പത്തിക പരിഷ്കാരങ്ങളല്ല, നമ്മുടെ ആഭ്യന്തര വിപണിയെ ശക്തിപ്പെടുത്തുന്ന നടപടികളാണ് വേണ്ടത്. വിദേശവിപണി തേടിയുള്ള വിവേചനരഹിതമായ പ്രയാണം രാജ്യത്തെ ബഹുഭൂരിപക്ഷം ജനങ്ങൾക്കും തൊഴിലില്ലായ്മയും ദാരിദ്ര്യവുമാണ് സമ്മാനിക്കുക. വളർച്ചയും തൊഴിൽ സൃഷ്ടിക്കലുമുൾക്കൊള്ളുന്ന ഒരു പുതിയ വികസനക്രമത്തിന്റെ രസതന്ത്രമാണ് ഭാരതത്തിന്റെ ഇന്നത്തെ ആവശ്യം. മഹാത്മാഗാന്ധി ഉദ്ബോധിപ്പിച്ചത് ഇത്തരുണത്തിൽ ഓർക്കുക: “There is enough in the world for everybody's need, but there cannot be enough for everybody's greed.”

5

വികസനവും പണപ്പെരുപ്പവും

ഡോ. എസ് ഗീതാദേവി

സാമ്പത്തികരംഗത്ത് ഏറെ ചർച്ചചെയ്യപ്പെട്ട, ഇന്നും ചർച്ചചെയ്യപ്പെടുന്ന, ഒരു വിഷയമാണ് വികസനവും പണപ്പെരുപ്പവും തമ്മിലുള്ള ബന്ധം. വികസനം എന്നതുകൊണ്ട് മൊത്തഉൽപ്പാദനത്തിന്റെ വളർച്ചയേയും, പണപ്പെരുപ്പം എന്നതുകൊണ്ട് മൊത്തഉൽപ്പാദനത്തിന്റെ മൂല്യത്തിൽ ഉള്ള ഉയർച്ചയേയും ഉദ്ദേശിക്കുന്നു. മൊത്ത ഉൽപ്പാദനമൂല്യത്തിലുള്ള വർദ്ധന സാമാന്യജനതയ്ക്ക് വിലക്കയറ്റത്തിന്റെ രൂപത്തിൽ അനുഭവപ്പെടുന്നു. ചുരുക്കത്തിൽ ഉൽപ്പാദനത്തിന്റെ വളർച്ചയും ഉൽപ്പാദനത്തിന്റെ മൂല്യത്തിലുള്ള വളർച്ചയുമായുള്ള ബന്ധമാണ് അന്വേഷണവിധേയമാക്കുന്നത്. ഉൽപ്പാദന മൂല്യത്തിലുണ്ടാകുന്ന വർദ്ധനയ്ക്ക് പ്രത്യക്ഷകാരണം പണപ്പെരുപ്പമാണ്. ജനസംഖ്യ തുടങ്ങിയ അനുബന്ധ ഘടകങ്ങളെയും ഉൽപ്പാദന ക്ഷമതയിലുള്ള വർദ്ധനയെയും ആശ്രയിച്ചാണ് മൊത്ത ഉൽപ്പാദനത്തിലെ വളർച്ച. യഥാർത്ഥ ഉൽപ്പാദന വളർച്ചാനിരക്കും ഉൽപ്പാദനമൂല്യത്തിന്റെ വളർച്ചയ്ക്കുമിടയിലെ അന്തരമാണ് പണപ്പെരുപ്പത്തിന്റെ രൂപത്തിൽ പ്രകടമാവുന്നത്.

എങ്ങനെയാണ് ഇവതമ്മിൽ വ്യത്യാസമുണ്ടാകുന്നത്? അല്ലെങ്കിൽ ഉൽപ്പാദനമൂല്യം മാത്രം കൂടാനിടയാവുന്ന കാരണങ്ങൾ എന്തൊക്കെയാണ്? ഉൽപ്പാദനമൂല്യത്തിന്റെ വർദ്ധന ഉൽപ്പാദന വളർച്ചയെ എങ്ങനെ ബാധിക്കുന്നു ഇതൊക്കെയാണ് ഇവിടെ പ്രസക്തമായ ചോദ്യങ്ങൾ.

ഉൽപ്പാദനത്തിന്റെ മൂല്യവർദ്ധനയ്ക്ക് പ്രത്യക്ഷ കാരണം പണപ്പെരുപ്പമാണെന്ന് പറഞ്ഞുവല്ലോ. പണപ്പെരുപ്പം ഉണ്ടാകുന്നത് പണത്തിന്റെ അളവിലോ അതിന്റെ ചംക്രമണത്തിലോ വർദ്ധനയുണ്ടാകുമ്പോഴാണ്.

പണപ്പെരുപ്പം എന്തുകൊണ്ട്?

പണത്തിന്റെ പ്രദാനം, അതിന്റെ അളവ്, പൂർണ്ണമായും നിയന്ത്രിക്കുന്നത് കേന്ദ്രബാങ്കാണ്. പണത്തിന്റെ ചംക്രമണം യഥാർത്ഥ ഉൽപ്പാദനത്തെയും യഥാർത്ഥമായുള്ള പണത്തിന്റെ അളവിനെയും ആശ്രയിച്ചിരിക്കും. മൊത്തത്തിലുള്ള ചോദനം വർദ്ധിപ്പിക്കുന്നതെന്തും ചംക്രമണത്തിന്റെ വേഗത കൂട്ടാം. സമ്പദ്വ്യവസ്ഥയിലെ ഉണർവ്, സർക്കാർ ചെലവുകൾ, പലിശനിരക്ക്, വിദേശവിനിമയനിരക്കുകൾ ഇതെല്ലാം ഇവയിൽ പെടുന്നു. പണം കൈവശം സൂക്ഷിക്കുന്നതിനും ചെലവാക്കുന്നതിനും ഉള്ള താൽപ്പര്യം, വരുമാനത്തിലെ വർദ്ധന കൂടാതെ തന്നെ വർദ്ധിക്കുകയാണെങ്കിലും ചംക്രമണം കൂടാം. ചംക്രമണത്തിൽ വ്യത്യാസം ഇല്ലെങ്കിൽ പിന്നെ പണപ്പെരുപ്പം, പണത്തിന്റെ പ്രദാനത്തിലുള്ള അധിക വളർച്ചാനിരക്ക് അനുസരിച്ചായിരിക്കും. അധിക വളർച്ച എന്നതുകൊണ്ട് യഥാർത്ഥ ഉൽപ്പാദനവും ഉൽപ്പാദനമൂല്യവും തമ്മിലുള്ള വ്യത്യാസമാണ് ഉദ്ദേശിക്കുന്നത്. പണത്തിന്റെ പ്രദാനത്തിലുള്ള വളർച്ചയ്ക്ക് ഉത്തരവാദി കേന്ദ്രബാങ്കാണ്. കേന്ദ്രബാങ്ക് പണത്തിന്റെ പ്രദാനം വർദ്ധിപ്പിച്ചാൽ പണപ്പെരുപ്പം ഉണ്ടാകും. ഇങ്ങനെ പണത്തിന്റെ പ്രദാനം വർദ്ധിപ്പിക്കാൻ കേന്ദ്രബാങ്കിന്/സർക്കാരിന് പ്രേരണയാകുന്ന കാരണങ്ങൾ പലതാണ്.

സർക്കാരുകൾക്ക് ജനങ്ങളോടുള്ള ഉത്തരവാദിത്വം അല്ലെങ്കിൽ സാമൂഹിക പ്രതിബദ്ധതയാണ് ഇതിന്റെ കാരണങ്ങളിലൊന്ന്. രാജ്യത്തിലെ പല പ്രതിസന്ധികൾ പരിഹരിക്കാനും, വികസനത്തിന് ആക്കം കൂട്ടാനും സർക്കാരുകൾ കേന്ദ്രബാങ്കിന്റെ സഹായത്തോടെ പണത്തിന്റെ പ്രദാനം കൂട്ടാറുണ്ട്.

വികസനത്തിന് മുൻകൈ എടുക്കേണ്ടത് അതത് രാജ്യത്തെ ഭരണകർത്താക്കളാണ്. ഒരു രാഷ്ട്രത്തിന്റെ സമ്പദ്ഘടനയിൽ ഉൽപ്പാദനം വർദ്ധിക്കുന്നതിന് തടസ്സമായി നിൽക്കുന്ന വളരെയധികം കാരണങ്ങളുണ്ടാകും. ഇങ്ങനെ ഉൽപ്പാദനവർദ്ധന തടസ്സപ്പെടുന്നത് കാരണം തൊഴിലില്ലായ്മ ഒരു സാമൂഹിക പ്രശ്നമായി തീരുന്നു. ഏത് സർക്കാരിനും രാജ്യത്ത് നിലവിലുള്ള സാമൂഹിക പ്രശ്നങ്ങളെ നേരിടേണ്ടതായി വരുന്നു. അതുകൊണ്ടുതന്നെ ഉൽപ്പാദനത്തിന് തടസ്സമായി നിൽക്കുന്ന ഘടനാപരമായ വിഘാതങ്ങൾ മാറ്റി ഉൽപ്പാദനത്തിന് അനുയോജ്യമായ അന്തരീക്ഷവും പശ്ചാത്തല സൗകര്യങ്ങളും ഉണ്ടാക്കുകയെന്നത് സർക്കാരിന്റെ കടമയാണ്. ഇത്തരം പദ്ധതികൾ തൊഴിലില്ലായ്മ കുറയ്ക്കാൻ പ്രത്യക്ഷമായും പരോക്ഷമായും സഹായിക്കും. ഇതിനായി കുറഞ്ഞ കാലയളവിൽ പണത്തിന്റെ പ്രദാനം വർദ്ധിപ്പിക്കുന്ന നടപടി സർക്കാരുകൾ കൈക്കൊള്ളാറുണ്ട്. ചെലവുകൾക്ക് പണം കണ്ടെത്താനായി കേന്ദ്രബാങ്കിനെ സർക്കാർ ആശ്രയിക്കുന്നു. ഇതിന് പകരമായി സ്വീകരിക്കാവുന്ന നികുതി നിരക്ക് വർദ്ധിപ്പിക്കുക, പലിശനിരക്ക് വർദ്ധിപ്പിക്കുക എന്നീ നയങ്ങൾ സാമൂഹികസാമ്പത്തികരംഗത്ത് കൂടുതൽ പ്രത്യാഘാ

തമുണ്ടാക്കാം എന്നതുകൊണ്ട് ഒരു ചെറിയ അളവ് പണപ്പെരുപ്പം സർക്കാരുകൾക്ക് കൂടുതൽ സ്വാഗതാർഹമാകുന്നു. ഇത്തരത്തിൽ പണത്തിന്റെ പ്രദാനത്തിലുണ്ടാകുന്ന വർദ്ധന, മൊത്ത ഉൽപ്പാദനത്തിന്റെ മൂല്യവർദ്ധനവിൽ പ്രതിഫലിക്കുന്നു. വില നിലവാരത്തിലെ വർദ്ധനയായി ഇത് സാധാരണ ജനങ്ങൾക്ക് അനുഭവപ്പെടുന്നു. എന്നാൽ യഥാർത്ഥ ഉൽപ്പാദനത്തിന്റെ വളർച്ചയ്ക്ക് ആക്കം കൂട്ടാനായാൽ പണത്തിന്റെ പ്രദാനത്തിലെ ഈ വർദ്ധന വികസനത്തെ സഹായിക്കും. ക്രമേണ ചോദനത്തിലും ഈ ഉണർവ്വ് ദൃശ്യമാകും. ഇങ്ങനെ ഉണ്ടാകുന്ന വിലക്കയറ്റത്തിന്റെ ആഘാതം കുറയ്ക്കാൻ വേതനവ്യവസ്ഥയിലെ വർദ്ധനവ് സഹായിക്കും. ഇതോടൊപ്പം മൊത്ത ഉൽപ്പാദനത്തിൽ വളർച്ചയുണ്ടാകുകയാണെങ്കിൽ പണപ്പെരുപ്പം അനുവദനീയമായ തോതിൽ തുടരുന്നത് വികസനത്തിന് തടസ്സമാകുന്നില്ല, മറിച്ച് അത് വികസനത്തെ സഹായിക്കുകയാണ് ചെയ്യുന്നത്.

എന്നാൽ എല്ലായ്പ്പോഴും ഇത്തരത്തിലുള്ള കാരണങ്ങൾ കൊണ്ടു മാത്രമല്ല പണത്തിന്റെ പ്രദാനം വർദ്ധിപ്പിക്കേണ്ടി വരിക. ഇതിൽ പ്രധാനം കമ്പോളത്തിലെ അസമത്വങ്ങളാണ്. പണത്തിന്റെ പ്രദാനവും ചോദനവും വർദ്ധിക്കാതെ തന്നെ, വിലക്കയറ്റം ഉണ്ടാകുന്ന പ്രവണത കമ്പോളത്തിൽ ദൃശ്യമാകാറുണ്ട്. വളരെക്കാലം ഇങ്ങനെയൊരു സ്ഥിതി വിശേഷം സാമ്പത്തികവിദഗ്ദ്ധർ പ്രതീക്ഷിച്ചിരുന്നില്ല. സാധനങ്ങളുടെ വില കമ്പോളത്തിൽ ചോദന-പ്രദാന നിയമങ്ങളനുസരിച്ച് നിശ്ചയിക്കപ്പെടുകയാണെന്നും വിലനിലവാരത്തിലെ പ്രത്യേകതകൾ കമ്പോളത്തിൽ ഒരു പ്രശ്നമാകുകയില്ലെന്നും അവർ വിശ്വസിച്ചിരുന്നു. എന്നാൽ ഇന്ന് സാധനങ്ങളുടെ വില ഉൽപ്പാദകന് നിശ്ചയിക്കാൻ കഴിയുമെന്നും അത് ലാഭവിഹിതം, വേതനം, അസംസ്കൃത വസ്തുക്കളുടെ വിലനിലവാരം, കമ്പോളത്തിന്റെ ഘടന, സർക്കാർ നയങ്ങൾ എന്നിവ അനുസരിച്ച് വ്യത്യാസപ്പെടുമെന്നും നമുക്കറിയാം. ഇതിൽ ഏറ്റവും പ്രധാനം ഉൽപ്പാദന ചെലവുകളിലെ വർദ്ധനയും കമ്പോളത്തിന്റെ ഘടനയുമാണ്. ഇങ്ങനെ ഉൽപ്പാദകർ സ്വതന്ത്രമായി നിശ്ചയിക്കുന്ന വിലനിലവാരം സാമ്പത്തിക മേഖലയിൽ ഗുണഫലങ്ങളും ദോഷഫലങ്ങളും സമ്മിശ്രമായി ഉണ്ടാക്കുന്നു. സാധനങ്ങളുടെ വിലയിൽ ഉണ്ടാകുന്ന ഇത്തരത്തിലുള്ള വർദ്ധന തടയാൻ ഉൽപ്പാദന ചെലവുകളിലെ വർദ്ധന നിയന്ത്രിക്കാനും കമ്പോള ഘടന ചൂഷണാത്മകമാകാതിരിക്കാനും സർക്കാർ ശ്രദ്ധിക്കേണ്ടതാണ്. ഉൽപ്പാദനചെലവുകൾ വർദ്ധിക്കാതിരിക്കാൻ എടുക്കുന്ന നടപടികൾ പലപ്പോഴും സർക്കാരിന് സാമ്പത്തികനഷ്ടം വരുത്തുന്നു. പലപ്പോഴും അസംസ്കൃതവസ്തുക്കളുടെ അപര്യാപ്തത, വിളനാശം, മുതലായ കാരണങ്ങളാൽ ഉണ്ടാകാം. ഇങ്ങനെ ഉണ്ടാകുന്ന പ്രദാനത്തിലെ അപര്യാപ്തത പരിഹരിക്കാൻ ഇറക്കുമതി, സബ്സിഡി മുതലായ ചെലവേറിയ മാർഗ്ഗങ്ങൾ സ്വീകരിക്കേണ്ടിവരുന്നു. ഇത്തരത്തിൽ സമ്പദ്ഘടനയിലുണ്ടാകുന്ന ഇറക്കങ്ങൾ നിയന്ത്രിച്ചു നിർത്താനും ക്ഷേമ

പ്രവർത്തനങ്ങൾക്കുമായി ധാരാളം പണം ആവശ്യമായി വരുന്നു. ഇത്തരത്തിലുള്ള വേറൊരു പ്രധാന പ്രശ്നമാണ് അന്താരാഷ്ട്ര എണ്ണവിലയിലുള്ള വർദ്ധന. ഇത് എണ്ണ ഉൽപ്പാദിപ്പിക്കാത്ത എല്ലാ രാജ്യങ്ങളും നേരിടുന്ന വലിയ ഭീഷണിയാണ്. എണ്ണവിലയിലെ വർദ്ധന എല്ലാ മേഖലകളെയും ദുർബലപ്പെടുത്തുന്നു. ഇതും സർക്കാരിന് വലിയ ബാദ്ധ്യതയായി തീരാറുണ്ട്. ഇത്തരത്തിലുള്ള ഉൽപ്പാദന ചെലവുകളിലെയും വിലനിലവാരത്തിലെയും വർദ്ധന പലപ്പോഴും പണത്തിന്റെ പ്രദാനം വർദ്ധിപ്പിക്കാൻ ഇടയാക്കുന്നു. അതുകൊണ്ടുതന്നെ പണപ്പെരുപ്പമാണ് എപ്പോഴും വിലക്കയറ്റത്തിന് കാരണം എന്ന് പറയാനാകില്ല. വിലക്കയറ്റവും പണപ്പെരുപ്പത്തിന് കാരണമാകാം. ഇവ രണ്ടും സമാന്തരമായി സംഭവിക്കുന്നു.

ചോദനവുമായി ബന്ധപ്പെട്ടും വിലനിലവാരവർദ്ധന ഉണ്ടാകുന്നതായി കാണാം. ചെറിയ തോതിലുള്ള പണത്തിന്റെ വർദ്ധന ചിലപ്പോൾ ചോദനത്തിൽ വലിയ ചലനങ്ങൾ ഉണ്ടാക്കാം. ഇതനുസരിച്ച് പണത്തിന്റെ ചംക്രമണം കൂടുകയും പണപ്പെരുപ്പത്തിന്റെ തോത് കൂടുകയും ചെയ്യാം. മൊത്തത്തിൽ സമ്പദ്വ്യവസ്ഥയിൽ ഉണ്ടാകുന്ന ഉണർവ്വ്, സർക്കാർ ചെലവുകളിലെ വർദ്ധന, വിദേശവിനിമയനിരക്കുകൾ, പണപ്പെരുപ്പത്തിന്റെ തോതിനെക്കുറിച്ച് നിലനിൽക്കുന്ന പ്രതീക്ഷകൾ ഇവയെല്ലാം ചോദനത്തിൽ വർദ്ധന ഉണ്ടാക്കുകയും പണപ്പെരുപ്പത്തിന് നിദാനമാകുകയും ചെയ്യുന്നു.

ഇങ്ങനെയുള്ള വിവിധ ഘടകങ്ങൾ പണപ്പെരുപ്പത്തിന് കാരണമാകുന്നു. ഇങ്ങനെ ഉണ്ടാകുന്ന പണപ്പെരുപ്പം ഒരു സാമൂഹിക പ്രശ്നമായി നിയന്ത്രണാതീതമായി മാറുമ്പോൾ മാത്രമേ ഇത് വികസനത്തെ പ്രതികൂലമായി ബാധിക്കുന്നുള്ളു. ഉൽപ്പാദനമേഖലയിലെയും കാർഷികമേഖലയിലെയും പ്രദാനത്തിലെ അപര്യാപ്തതകൾ (supply shocks) കാരണം വർദ്ധിക്കുന്ന വിലനിലവാരത്തിനോടനുബന്ധിച്ച് പണത്തിന്റെ പ്രദാനം വർദ്ധിപ്പിക്കുക, അതിനനുസരിച്ച് വേതന വർദ്ധനവ് ഉണ്ടാക്കുക, വീണ്ടും പ്രദാനത്തിലെ അപര്യാപ്തതകൾ പരിഹരിക്കാൻ പണത്തിന്റെ പ്രദാനം കൂട്ടുക ഇത്തരത്തിലുള്ള മൂന്ന് നടപടികൾ ദീർഘകാലാടിസ്ഥാനത്തിൽ ഒരുമിച്ച് നീങ്ങിയാൽ പണപ്പെരുപ്പത്തിന്റെ തോത് വർദ്ധിക്കുകയും അത് ഒരു സാമൂഹികപ്രശ്നമായി മാറുകയും ചെയ്യും. ഇത്തരത്തിലുണ്ടാകുന്ന പണപ്പെരുപ്പത്തോടൊപ്പം തൊഴിലില്ലായ്മയും വ്യാപകമാകും. അതാണ് പണപ്പെരുപ്പവും തൊഴിലില്ലായ്മയും ഒരുമിച്ച് കൂടാനിടയാകുന്ന സാഹചര്യം ഉണ്ടാക്കുന്നത്. അതുകൊണ്ടുതന്നെ, പ്രദാനത്തിലെ അസ്ഥിരത കുറയ്ക്കാനുള്ള ശ്രമങ്ങൾ പണപ്പെരുപ്പ നിയന്ത്രണത്തിൽ വളരെ പ്രധാനമാണ്. പ്രദാനത്തിലെ അപര്യാപ്തതയ്ക്കും വിലവർദ്ധനവിനും കാരണമായ ഘടകങ്ങൾ മനസ്സിലാക്കി, അപര്യാപ്തത ഇല്ലാതാക്കിയാൽ, പണപ്പെരുപ്പനിയന്ത്രണവും ഉൽപ്പാദനത്തിലെ വളർച്ചയും ഒരുമിച്ച് കൊണ്ടുപോകാൻ കഴിയും.

എന്നാൽ പണപ്പെരുപ്പം നിയന്ത്രിക്കുന്നതിന്റെ ഭാഗമായി സർക്കാർ ചെലവുകളും വികസന പദ്ധതികളും കുറച്ചാൽ അത് വികസനത്തിന് തടസ്സം നിൽക്കുകതന്നെ ചെയ്യും. പണത്തിന്റെ അളവ് വർദ്ധിപ്പിക്കാതിരുന്നാൽ അത് മൊത്ത ഉൽപ്പാദനത്തെ സാരമായി ബാധിക്കും. ഇത്തരത്തിലുള്ള നീക്കങ്ങൾ ഉൽപ്പാദന നിരക്കിനെ ബാധിക്കുമെന്നും അത് പണപ്പെരുപ്പത്തെക്കാളും ദോഷമുണ്ടാക്കുമെന്നും സാമ്പത്തിക വിദഗ്ദ്ധർ ചൂണ്ടിക്കാണിച്ചിട്ടുണ്ട്. എന്നാൽ വളരെ ഉയർന്ന തോതിലുള്ള പണപ്പെരുപ്പം ഏതു രാജ്യത്തിനും ദോഷകരമാണെന്നുള്ളതിന് എതിരഭിപ്രായമില്ല.

വികസനത്തിനുവേണ്ടി പണം ഉപയോഗിക്കുന്നതല്ല, വികസനത്തിലെ അപര്യാപ്തതകളാണ് നീണ്ടുനിൽക്കുന്ന പണപ്പെരുപ്പത്തിന് കാരണം. പണത്തിന്റെ പ്രവാഹം നിയന്ത്രിച്ച് വേണ്ടരീതിയിൽ പ്രയോജനപ്പെടുത്തിയാൽ വികസനത്തിന്റെ വേഗം കൂട്ടാം. പണത്തിന്റെ പ്രദാനം വർദ്ധിക്കുന്നതായി മനസ്സിലാക്കിയാൽ അത് നേരിട്ട് നിയന്ത്രിക്കുന്നതിന് കേന്ദ്രബാങ്കിനെ ചുമതലപ്പെടുത്തേണ്ടതുണ്ട്. രാഷ്ട്രീയമായ കാരണങ്ങൾ കേന്ദ്രബാങ്കിന്റെ നടപടികളെ സ്വാധീനിക്കുകയുമരുത്. അങ്ങനെയാണെങ്കിൽ നിലവിലുള്ള മാർഗ്ഗങ്ങൾ ഉപയോഗിച്ച് പണപ്പെരുപ്പം നിയന്ത്രണവിധേയമായി നിർത്താൻ രാഷ്ട്രങ്ങൾക്കാകും.

പണപ്പെരുപ്പം ഇന്ത്യയിൽ

ഉൽപ്പാദനത്തിലുണ്ടായ മന്ദതയും പണത്തിന്റെ പ്രദാനത്തിലെ വർദ്ധനയും ഇന്ത്യയിൽ പണപ്പെരുപ്പത്തിന് കാരണമായതായി ശർമ്മ, രംഗരാജൻ എന്നിവർ നടത്തിയ പഠനം കണ്ടെത്തി. ഉൽപ്പാദനത്തിലെ അപര്യാപ്തതകൊണ്ട് ഉണ്ടാകുന്ന വിലക്കയറ്റം നിലനിൽക്കുന്നതിന് കാരണം പണത്തിന്റെ പ്രദാനത്തിലെ വർദ്ധനയാണ്. ഇത് തടയാൻ സാമ്പത്തിക അച്ചടക്കം അനിവാര്യമാണെന്ന് രംഗരാജൻ (1977) അഭിപ്രായപ്പെട്ടു. പണത്തിന്റെ പ്രദാനത്തിലെ വർദ്ധന കൂടുതൽ ചലനമുണ്ടാക്കുന്നത് ഉൽപ്പാദനത്തിലാണോ അതോ വിലനിലവാരത്തിലാണോ എന്നത് പ്രധാനമാണ്. ഉൽപ്പാദനത്തിന്റെയും വിലനിലവാരത്തിന്റെയും ഇലാസ്തികത നിശ്ചയിക്കുന്ന ധാരാളം പഠനങ്ങൾ ഭാരതത്തിൽ നടന്നിട്ടുണ്ട്. ഇതിൽ കൂടുതൽ പഠനങ്ങൾ കാണിക്കുന്നത് വിലക്കയറ്റത്തിനാണ് മുൻതൂക്കമെന്നാണ്. എന്നാൽ ഇത്തരത്തിൽ വർദ്ധിക്കുന്ന വില പെട്ടെന്നുതന്നെ പൂർവ്വസ്ഥിതി പ്രാപിക്കുന്നതായി RBIയുടെ ഡെവലപ്മെന്റ് റിസേർച്ച് ഗ്രൂപ്പ് 1998-ൽ നടത്തിയ പഠനം ചൂണ്ടിക്കാണിക്കുന്നു.

ഏതായാലും രാഷ്ട്രത്തിന്റെ വളർച്ചയുടെ ഗതിവേഗത്തിൽ പണപ്പെരുപ്പവും പണപ്പെരുപ്പത്തെക്കുറിച്ചുള്ള ആശങ്കയും സാമ്പത്തിക ഇടപാടുകളെ സ്വാധീനിക്കാനും പ്രതികൂലമായി ബാധിക്കാനും സാദ്ധ്യതയുണ്ട്. ക്രയവിക്രയശേഷിയിൽ പെട്ടെന്നുണ്ടാകുന്ന വർദ്ധന, വിദേശ മൂലധനത്തിന്റെ വർദ്ധിച്ച ഒഴുക്ക്, അസംഘടിത ബാങ്കിംഗ് മേഖലയി

ലുള്ള വളർച്ച, സർക്കാരുകൾക്കുള്ള വർദ്ധിച്ച ഉത്തരവാദിത്വങ്ങൾ ഇതെല്ലാം ഭാരതത്തിൽ പണപ്പെരുപ്പത്തിന് കാരണമാകുന്ന ഘടകങ്ങൾതന്നെ.

പണപ്പെരുപ്പം എങ്ങനെ കണക്കാക്കാം

ഭാരതത്തിൽ പണപ്പെരുപ്പം ഒരു വലിയ പ്രശ്നമായി വികസനത്തിന്റെ ആദ്യഘട്ടത്തിൽ തന്നെ അനുഭവപ്പെട്ടിട്ടുണ്ട്. 1950–ന് ശേഷമുള്ള സാമ്പത്തിക ചരിത്രം പരിശോധിച്ചാൽ എല്ലാ ദശകങ്ങളിലും പലവട്ടം പണപ്പെരുപ്പം ഭീഷണി ഉയർത്തിയിട്ടുണ്ടെന്ന് കാണാം. വികസനത്തിന്റെ ആദ്യഘട്ടങ്ങളിൽ പണപ്പെരുപ്പത്തിന്റെ തോത് പല പ്രാവശ്യം അനുവദനീയമായ അളവിൽനിന്നും വളരെ കൂടുതലായിരുന്നു. ഇതിന് വികസനത്തിനുവേണ്ടിയുള്ള ശ്രമങ്ങളേക്കാളുപരി, വികസനത്തിലെ അപര്യാപ്തതകളായിരുന്നു മുഖ്യകാരണം എന്ന് കാണാം. ഇന്ത്യയിൽ പണപ്പെരുപ്പം അളക്കുന്നതിന് മൂന്ന് അളവുകോൽ ഉപയോഗിച്ചുവരുന്നു.

1. മൊത്ത വില സൂചിക (Wholesale Price Index)
2. ഉപഭോക്തൃ വിലസൂചിക (Consumer Price Index)
3. ഇംപ്ലിസിറ്റ് ദേശീയ വരുമാന ഡിഫ്ളേറ്റർ (Implicit National Income Deflator).

ഇതിൽ ഏറ്റവും കൂടുതൽ ഉപയോഗിക്കുന്നത് മൊത്തവിലസൂചികയാണ്. ഇതിൽ ഉൾപ്പെടുത്തുന്ന സാധനങ്ങളുടെ എണ്ണം വ്യത്യാസപ്പെട്ടുകൊണ്ടിരിക്കുന്നു. 1942 മുതൽ എല്ലാ ആഴ്ചയും മൊത്തവിലസൂചിക വ്യവസായ മന്ത്രാലയത്തിന്റെ കീഴിലുള്ള സാമ്പത്തിക ഉപദേഷ്ടാവിന്റെ ഓഫീസ് (Office of the Economic Advice) പ്രസിദ്ധീകരിക്കുന്നു. ഒരു അടിസ്ഥാനവർഷത്തെ ആസ്പദമാക്കിയാണ് വിലനിലവാരത്തിലുള്ള വ്യത്യാസം കണക്കാക്കുന്നത്. ഇതിന് ഉപയോഗിക്കുന്ന അടിസ്ഥാനവർഷം പത്ത് വർഷത്തിലൊരിക്കൽ മാറ്റി നിശ്ചയിക്കുന്നു. ഇതിന് സാങ്കേതിക കമ്മിറ്റികളുടെയും വർക്കിംഗ് ഗ്രൂപ്പിന്റെയും സഹായം സ്വീകരിക്കുന്നു. സമൂഹത്തിന്റെ ഉപഭോഗരീതി മാറുന്നതിനനുസരിച്ച് പണപ്പെരുപ്പം കണക്കാക്കുന്നതിന് ഉപയോഗിക്കുന്ന സാധനങ്ങൾ മാറുന്നു. ഉപഭോഗപ്പട്ടികയിൽ ഏറ്റവും പ്രാധാന്യം അർഹിക്കുന്ന സാധനങ്ങൾക്ക് അതിന്റെ പ്രാധാന്യം പണപ്പെരുപ്പത്തിന്റെ തോതിൽ നിഴലിക്കാനായി കൂടുതൽ വെയിറ്റേജ് (weight) നൽകുന്നു. മൊത്തവില സൂചിക നിർണ്ണയിക്കുന്ന ഉൽപ്പന്ന പട്ടികയിൽ ഇപ്പോൾ 540 ഇനങ്ങൾ ഉൾപ്പെടുത്തിയിട്ടുണ്ട്. ഏറ്റവുമധികം പ്രാധാന്യം നൽകിയിരിക്കുന്നത് ഭക്ഷ്യവിഭവങ്ങൾക്കാണ് (26.94% in WPI). ഇതിൽ പാർപ്പിടം, ഓഹരി, വസ്തുവകകൾ ഇവയൊന്നും ഉൾപ്പെടുത്തിയിട്ടില്ല. സേവനമേഖലയും ഇതിന്റെ പരിധിയിൽ പെടുന്നില്ല. പുത്തൻ സാമ്പത്തിക പരിഷ്കാരങ്ങൾ ഈ രണ്ട് മേഖലകളിലും വലിയ വ്യത്യാസം ഉണ്ടാക്കുന്നുണ്ട്. പണപ്പെരുപ്പത്തിന്റെ തോതുമായി ഇവയെ ബന്ധപ്പെടുത്തിയിട്ടില്ല.

ഓരോ മേഖലയെ ആശ്രയിച്ച് ജീവിക്കുന്നവർക്കും ഓരോ വരുമാന വിഭാഗത്തിൽ പെടുന്നവർക്കും വിലക്കയറ്റത്തിന്റെ തീവ്രത അനുഭവപ്പെടുന്നത് വ്യത്യസ്ത സാധനങ്ങളിലൂടെയായിരിക്കും. ഇത് മനസ്സിലാക്കാനും കണക്കാക്കാനുമാണ് ഉപഭോക്തൃ വിലസൂചിക ഉപയോഗിക്കുന്നത്. ഇതിൽ ഓരോ വിഭാഗക്കാർക്കും വേണ്ടി അവർ കൂടുതലായി ഉപയോഗിക്കുന്ന വസ്തുക്കളെ ആസ്പദമാക്കി പ്രത്യേക ഇൻഡക്സ് രൂപപ്പെടുത്തുന്നു. അത്തരം മൂന്ന് ഇൻഡക്സുകൾ ആണ് ഇന്ത്യയിൽ ഉപയോഗിച്ചുപോരുന്നത് – കാർഷികമേഖല, വ്യവസായമേഖല, നഗരത്തിലെ തൊഴിൽമേഖല. ഇവയിൽ ജോലി ചെയ്യുന്നവർക്കും പ്രത്യേകമായ ഇൻഡക്സുകൾ കണക്കാക്കപ്പെടുന്നു. കുടുംബ ബഡ്ജറ്റുകളാണ് ഇതിന് ആസ്പദമാകുന്നത്. കർഷകർക്ക് വേണ്ടിയുള്ള ഇൻഡക്സ് ഓരോ സംസ്ഥാനത്തിനും പ്രത്യേകമായി കണക്കാക്കുന്നു. എന്നിട്ട് അതിനെ ഏകോപിപ്പിച്ച് ഭാരതത്തിലെ കാർഷിക മേഖലയിലെ പണപ്പെരുപ്പനിരക്ക് കണ്ടുപിടിക്കുന്നു. മറ്റ് രണ്ട് ഇൻഡക്സുകൾ പ്രത്യേക വ്യവസായ മേഖലയ്ക്കും പ്രത്യേക നഗരങ്ങൾക്കും വേണ്ടിയാണ് കണക്കാക്കുന്നത്. ഇതിൽ വ്യവസായമേഖലയ്ക്കും (CPI-IW) കാർഷിക മേഖലയ്ക്കും (CPI-AL) ബാധകമായ ഇൻഡക്സുകൾ എല്ലാവർഷവും പ്രസിദ്ധീകരിക്കുന്നു. തൊഴിൽ മന്ത്രാലയത്തിലെ തൊഴിൽ ബ്യൂറോ ആണ് ഇത് ചെയ്യുന്നത്. എന്നാൽ നഗരത്തിലെ തൊഴിൽ മേഖലയിലെ സ്ഥിതിവിവരക്കണക്ക് ശേഖരിക്കുകയും, ഏകീകരിച്ച് പ്രസിദ്ധീകരിക്കുകയും ചെയ്യുന്നത് CSO (Central Statistical Organisation) ആണ്. തൊഴിലാളികളുടെ ജീവിതനിലവാര സൂചിക അളക്കാനാണ് ഈ ഉപഭോക്തൃ വിലസൂചിക തിട്ടപ്പെടുത്തുന്നത്.

ഇംപ്ലിസിറ്റ് ദേശീയ വരുമാന ഡിഫ്ളേറ്റർ (Implicit National Income Deflator) എന്ന പണപ്പെരുപ്പത്തിന്റെ അളവുകോലിൽ എല്ലാ സാമ്പത്തിക പ്രക്രിയയും ഉൾക്കൊള്ളുന്നുണ്ട്. ഓരോ മേഖലയുടെയും പ്രാധാന്യമനുസരിച്ച് അതിന്റെ ഉൽപ്പന്നവിലയ്ക്ക് അനുസരിച്ച് 'വെയിറ്റ്' (weight) നൽകുന്നു. ഇത് മൊത്തവില സൂചികയുടേതിൽനിന്നും വ്യത്യസ്തമായിരിക്കാം. എല്ലാ മേഖലയെയും ഉൾപ്പെടുത്തുന്നതുകൊണ്ട് ഈ ഇൻഡക്സിന് വലിയ പ്രാധാന്യം ഉണ്ട്. എന്നാൽ കണക്കുകൾ സമാഹരിക്കുന്നതിലുള്ള ഏതു പാളിച്ചയും ഈ കണക്കിനെ ബാധിക്കുന്നു. ഈ ഇൻഡക്സ് വർഷത്തിലൊരിക്കൽ സെൻട്രൽ സ്റ്റാറ്റിസ്റ്റിക്കൽ ഓർഗനൈസേഷൻ ആണ് പ്രസിദ്ധീകരിക്കുന്നത്. നടപ്പുവർഷത്തെ മൊത്ത വരുമാനത്തിന്റെയും അടിസ്ഥാനവർഷത്തെ മൊത്തവരുമാനത്തിന്റെയും അനുപാതം തിട്ടപ്പെടുത്തിയാണ് ഈ സൂചിക കണ്ടെത്തുന്നത്.

ഭാരതത്തിൽ ഏറ്റവും അധികം ഉപയോഗിക്കുന്നത് മൊത്തവില സൂചികയാണ്. കാരണം ഇതിനുള്ള സ്ഥിതിവിവരക്കണക്കുകൾ എല്ലാ ആഴ്ചയും പ്രസിദ്ധീകരിക്കപ്പെടുന്നു. സാധാരണയായി, പണപ്പെരുപ്പം ഉള്ളതായി നാം മനസ്സിലാക്കുന്നത് മൊത്തവിലസൂചികയിൽ ഏറ്റവും

പ്രാധാന്യം നൽകിയിട്ടുള്ള സാധനങ്ങളുടെ വിലക്കയറ്റത്തോടെയാണ്. അതുകൊണ്ടുതന്നെ പഠനങ്ങൾക്കും നയരൂപീകരണത്തിനും ഉപയോഗിക്കുന്നത് മൊത്തവിലസൂചിക അനുസരിച്ച് കണക്കാക്കപ്പെടുന്ന പണപ്പെരുപ്പത്തെയാണ്.

മൊത്തവിലസൂചികയിൽ ഏറ്റവും പ്രാധാന്യം കൊടുത്തിരിക്കുന്നത് ഭക്ഷ്യവിഭവങ്ങൾക്കാകയാൽ, ഭക്ഷ്യവിഭവങ്ങളുടെ വിലനിലവാരത്തിന്റെ വർദ്ധന പണപ്പെരുപ്പത്തിൽ വലുതായി പ്രതിഫലിപ്പിക്കുന്നു. ഭക്ഷ്യ-ഭക്ഷ്യേതര വിപണിയിലെ അപര്യാപ്തതകൾ മൂലമുണ്ടാകുന്നതൊഴിവാക്കി കണക്കാക്കുന്ന പണപ്പെരുപ്പത്തെ കെയർ പണപ്പെരുപ്പം (Care Inflater) എന്നുപറയുന്നു. ഈ പണപ്പെരുപ്പം വികസനപ്രക്രിയയുമായി നേരിട്ട് ബന്ധപ്പെട്ടിരിക്കുന്നു.

ഇന്ത്യയിലെ പണപ്പെരുപ്പത്തിന്റെ ചരിത്രം പരിശോധിച്ചാൽ, അതിന്റെ കാരണങ്ങളും തോതും മനസ്സിലാക്കാൻ കഴിയും. രാജ്യത്ത് 1950-ന് മുൻപും അതിനുശേഷവും പണപ്പെരുപ്പം അനുഭവപ്പെട്ടിട്ടുണ്ട്. പണപ്പെരുപ്പത്തിന്റെ തോതിലുണ്ടായിട്ടുള്ള വലിയ അസ്ഥിരതകളാണ് ഏറ്റവും ശ്രദ്ധേയമായത്. പണപ്പെരുപ്പം ക്രമമായി കുറഞ്ഞുവരുന്നതായോ കൂടിവരുന്നതായോ ഒരു ദശകത്തിലും അനുഭവപ്പെട്ടിട്ടില്ല. വികസനപ്രവർത്തനങ്ങൾ തുടങ്ങിയ ആദ്യ ദശകത്തിൽ (1950-കളിൽത്തന്നെ) -12.8 ശതമാനം മുതൽ +13.8 ശതമാനം വരെ വ്യത്യാസപ്പെട്ട തോതിലാണ് പണപ്പെരുപ്പം ദൃശ്യമായത്. എന്നാൽ ആ ദശകത്തിലെ ശരാശരി പണപ്പെരുപ്പം രണ്ടു ശതമാനത്തിലും താഴെയായിരുന്നു. ഇതുപോലെ അസ്ഥിരമായിരുന്നു മിക്ക ദശകത്തിലും പണപ്പെരുപ്പത്തിന്റെ തോത് (പട്നായിക് ആർ കെ, സാമന്തരായ - 2006). പണപ്പെരുപ്പം ഏറ്റവും കൂടിയ 1970-80 കാലഘട്ടത്തിലും ശരാശരി പണപ്പെരുപ്പം 9 ശതമാനമായിരുന്നു. എങ്കിലും ഈ ദശകത്തിന്റെ മദ്ധ്യത്തിൽ പണപ്പെരുപ്പം 25.2 ശതമാനം വരെ ഉയർന്നു. താൽക്കാലികമായ കാരണങ്ങളാൽ ഉയർന്ന വിലനിലവാരം ആ അപര്യാപ്തതകൾ പരിഹരിച്ചപ്പോൾ പൂർവസ്ഥിതി പ്രാപിച്ചതായി കാണാം. ഈ അസ്ഥിരത 1996 വരെയുള്ള കാലഘട്ടത്തിൽ വളരെ വ്യക്തമായി കാണാം. എന്നാൽ 1996-ന് ശേഷം പണപ്പെരുപ്പത്തിൽ കുറവ് അനുഭവപ്പെട്ടുതുടങ്ങി. രാജ്യം വികസനത്തിന്റെ കുറച്ചുകൂടി ഉറച്ച പാതയിൽ സഞ്ചരിക്കാനും തുടങ്ങിയതായി കാണാം. പണപ്പെരുപ്പത്തിന്റെ തോതിലുള്ള അസ്ഥിരതയ്ക്കും അതിനുശേഷം കുറവുണ്ടായി.

ഇന്ത്യയിലെ പണപ്പെരുപ്പത്തിന്റെ കാരണങ്ങൾ പലതായിരുന്നു. പണപരമല്ലാത്ത കാരണങ്ങളിൽ പ്രധാനം എണ്ണവിലയുടെ വർദ്ധനയും കാർഷിക വിളകളുടെ അപര്യാപ്തതയുമാണ് (മൊത്തവിലസൂചികയിൽ ഏറ്റവും പ്രാധാന്യം കൊടുത്തിട്ടുള്ളത് ഭക്ഷ്യവിഭവങ്ങൾക്കാകയാൽ, ഭക്ഷ്യവിഭവങ്ങളുടെ വിലനിലവാരത്തിലുള്ള വർദ്ധന പണപ്പെരുപ്പത്തിൽ വലുതായി പ്രതിഫലിപ്പിക്കുന്നു).

എണ്ണവിലയിലെ വർദ്ധന പലവട്ടം ഭാരതത്തിൽ പണപ്പെരുപ്പത്തിന് കാരണമായിട്ടുണ്ട്. 1973–74, 1979–80, 1990–കളുടെ ആദ്യപകുതി ഈ വർഷങ്ങളിലെല്ലാം അന്താരാഷ്ട്ര എണ്ണവിപണിയിലെ വിലവർദ്ധന ഇന്ത്യൻ സമ്പദ്ഘടനയെ തളർത്തി. ഇത് നേരിടാൻ നടത്തിയ ശ്രമങ്ങൾ പണപ്പെരുപ്പത്തിന് കാരണമാകുകയും ചെയ്തു.

പ്രധാനമായും ഒരു കാർഷിക രാജ്യമായ ഇന്ത്യയിൽ കാർഷിക മേഖലയിലെ ഏതു പ്രതിസന്ധിയും വളരെ വലിയ ചലനങ്ങൾക്കിടയാക്കും. മൊത്തവിലസൂചികയിൽ ഏറ്റവും പ്രാധാന്യം കൊടുത്തിട്ടുള്ളത് ഭക്ഷ്യവിളകൾക്കാകയാൽ ഭക്ഷ്യവിഭവങ്ങളുടെ വിലനിലവാരത്തിലുള്ള വർദ്ധന പണപ്പെരുപ്പത്തിൽ വലുതായി പ്രതിഫലിക്കും. കാർഷിക മേഖലയിലുണ്ടായ തകർച്ച പണപ്പെരുപ്പത്തിന് കാരണമായ വർഷങ്ങളാണ് 1973–74, 1979–80, 1980–81, 1991–94 എന്നിവ. അതുപോലെതന്നെ കാർഷികാഭിവൃദ്ധി പണപ്പെരുപ്പം കുറയ്ക്കുന്നതിനും കാരണമായി. 1952–53, 1968–69 ഈ വർഷങ്ങളിലെ പണപ്പെരുപ്പത്തിന്റെ തോത് ഇത് വ്യക്തമാക്കുന്നു. 1970കളിൽ ഭക്ഷ്യവിപണിയിലെ ദൗർലഭ്യവും വിലക്കയറ്റവും തടയാനായി കാർഷികവിളകൾ ഇറക്കുമതിചെയ്തു. പൊതുവിതരണ സമ്പ്രദായത്തിലൂടെയുള്ള ഭക്ഷ്യധാന്യവിതരണവും ഇത്തരത്തിലുള്ള വിലക്കയറ്റം പിടിച്ചുനിർത്താൻ സഹായകമായിട്ടുണ്ട്.

ഭാരതത്തിൽ കെയർ പണപ്പെരുപ്പം അനുഭവപ്പെട്ടത് പ്രധാനമായും 1970, 80 കാലഘട്ടങ്ങളിലായിരുന്നു. രണ്ടാം പഞ്ചവത്സരപദ്ധതിക്കാലത്തും വികസനപ്രക്രിയയുടെ സമ്മർദ്ദം മൂലം പണപ്പെരുപ്പം അനുഭവപ്പെട്ടിട്ടുണ്ട്. വികസന ചെലവുമൂലം ഉണ്ടാകുന്ന വർദ്ധിച്ച ബഡ്ജറ്റ് കമ്മി നികത്തുന്നതിനായി കേന്ദ്രബാങ്ക് ഇടപെട്ട് നടത്തിയ ശ്രമങ്ങളായിരുന്നു കാരണം (Jedhar Singh, Rangarajan & Anif, 1990).

വിദേശമൂലധനത്തിന്റെ വലിയ തോതിലുള്ള പ്രവാഹം പണത്തിന്റെ പ്രദാനം വർദ്ധിപ്പിക്കുന്നു. 1990–കളിൽ പണത്തിന്റെ പ്രദാനത്തിലുണ്ടായ വർദ്ധനയ്ക്ക് ഒരു പ്രധാന കാരണം വിദേശമൂലധനത്തിന്റെ പ്രവാഹമാണ്. സർക്കാർ കടപത്രങ്ങൾ വാങ്ങുന്നതിനായി വാണിജ്യ ബാങ്കുകൾ നടത്തിയ ശ്രമവും പണത്തിന്റെ പ്രദാനം ഈ കാലയളവിൽ വർദ്ധിപ്പിച്ചു. ഓഹരികളിൽ നിന്നുമുള്ള വരുമാനത്തിൽ ഉണ്ടായ വർദ്ധന വീണ്ടും ആ മേഖലയിലേക്ക് പണം പ്രവഹിക്കുന്നതിന് കാരണമായി. അഭൂതപൂർവമായ ഒരു കുതിച്ചുകയറ്റമാണ് ഈ വിപണി രേഖപ്പെടുത്തിയത്. കടപത്ര വിപണിയിലേക്ക് വിദേശമൂലധനം ധാരാളമായി ഒഴുകിയെത്തി. ഓഹരി കമ്പോളത്തിലെ ചാഞ്ചാട്ടങ്ങൾ മൊത്തവില സൂചികയിലും അതേ രീതിയിലുള്ള ചലനങ്ങൾക്ക് കാരണമാകുന്നു. കറൻസിയുടെ മൂല്യത്തകർച്ച പണത്തിന്റെ പ്രദാനം കൂടുന്നതിന് കാരണമാകും. രൂപയുടെ മൂല്യത്തകർച്ച 1991–92–ൽ പണപ്പെരുപ്പത്തിന് കാരണമായി.

ഇന്ത്യയിൽ 1996–ന് ശേഷം കൈക്കൊണ്ട നടപടികൾ, സാമ്പത്തിക

പരിഷ്കാരങ്ങൾ, പണപ്പെരുപ്പം നിയന്ത്രിക്കാൻ സഹായകമായി. കടപ്പത്രങ്ങളുടെ വിലയും മൊത്തവില സൂചികയും തമ്മിലുള്ള ബന്ധം സദിശയിലാണ്. എന്നാൽ ആ വിപണിയിലെ കാൾനിരക്കും മൊത്തവിലസൂചികയും തമ്മിൽ വിരുദ്ധമായ ബന്ധമാണുള്ളതെന്നും അതുകൊണ്ട് പണപ്പെരുപ്പം നിയന്ത്രിക്കാൻ ഹ്രസ്വകാല പലിശനിരക്കിൽ വരുത്തുന്ന വ്യതിയാനങ്ങൾ ഫലപ്രദമാകുമെന്നും RBI 1992-ൽ നടത്തിയ പഠനം വെളിപ്പെടുത്തുന്നു. സർക്കാർ നയങ്ങളും പണനയവും ഏകോപിപ്പിച്ചു നടത്തിയ സാമ്പത്തിക പരിഷ്കാരങ്ങൾ പണത്തിന്റെ ആധിക്യം നിയന്ത്രിക്കാൻ സഹായകമായി. വിദേശ വിനിമയനിരക്കും പലിശനിരക്കും ഒരേപോലെ പ്രാധാന്യം അർഹിക്കുന്നു. സാധനങ്ങളുടെ വിലപോലെ തന്നെ പലിശനിരക്കും കമ്പോളം നിയന്ത്രിക്കുന്ന രീതിയിൽ ആകുമ്പോൾ കമ്പോളം വഴിതന്നെ (open market operation) അവയെ നിയന്ത്രിക്കേണ്ട ആവശ്യം വരുന്നു. സർക്കാർ ധനനയങ്ങളും (fiscal policy) പണനയവും (Monetery policy) വിദേശനയവും (foreign policy) ഏകോപിപ്പിച്ചുകൊണ്ടുള്ള പ്രവർത്തനങ്ങൾ പണപ്പെരുപ്പത്തെ നിയന്ത്രിച്ചു.

പണപ്പെരുപ്പം വീണ്ടും?

ധനകമ്മി നിയന്ത്രണമുൾപ്പെടെയുള്ള സാമ്പത്തിക പരിഷ്കരണ നടപടി വിലക്കയറ്റം തടഞ്ഞുനിർത്തിക്കൊണ്ടുള്ള വികസനം പ്രാപ്യമാക്കുമെന്നാണ് പൊതുവേ കരുതിയിരുന്നത്. എന്നാൽ സമീപകാല സംഭവവികാസങ്ങൾ വീണ്ടും പണപ്പെരുപ്പത്തിലേക്കാണ് വിരൽ ചൂണ്ടുന്നത്. 2007-ൽ 5.30 ശതമാനമായി നിലകൊണ്ട പണപ്പെരുപ്പം 2008 മെയ്മാസത്തിൽ 8.75 ശതമാനത്തിലെത്തുകയും പെട്രോൾ-ഡീസൽ വിലവർദ്ധനവിന്റെ പ്രത്യാഘാതവും കൂടി ഉൾക്കൊണ്ടുകൊണ്ട് 2008 ജൂൺ 7-ാം തീയതി രാജ്യം രണ്ടക്ക പണപ്പെരുപ്പത്തിലേക്ക് (11.05%) കടക്കുകയും ചെയ്തു. 1994-ന് ശേഷമുള്ള ഏറ്റവും വലിയ പണപ്പെരുപ്പകാലഘട്ടത്തിലൂടെയാണ് നാം ഇപ്പോൾ കടന്നുപോകുന്നത്. റിസർവ്ബാങ്ക് പ്രഖ്യാപിക്കുന്ന പണ നയപരിപാടികൾ കാര്യമായ ഫലമുളവാക്കുന്നില്ല എന്നാണ് മനസ്സിലാക്കേണ്ടത്. ഇത്തരുണത്തിൽ സർക്കാരിന്റെ ധനകാര്യമാനേജ്മെന്റും വികസനപ്രവർത്തനങ്ങളിലെ മുൻഗണനാതീരുമാനങ്ങളും കൂടുതൽ ശ്രദ്ധ ആകർഷിക്കുന്നു. മെയ് മാസത്തിൽ 8.75ശതമാനമായി പണപ്പെരുപ്പം നിലകൊള്ളുമ്പോൾ പെട്രോൾ വിലവർദ്ധന നടപ്പാക്കിയാൽ അത് എരിതീയിൽ എണ്ണ ഒഴിക്കുന്ന ഫലമുളവാക്കുമെന്ന് ഏവർക്കുമറിയാം. "മറ്റു പോംവഴി"യില്ലാത്തതുമൂലം കേന്ദ്രസർക്കാർ ഇന്ധനവില വർദ്ധിപ്പിച്ചപ്പോൾ സ്ഥിരംവരുമാനക്കാരും സാധാരണക്കാരും കമ്പോളത്തിൽ പകച്ചുനിൽക്കുന്ന അവസ്ഥ സംജാതമായി. ആഗോളീകരണപ്രക്രിയക്ക് ആക്കം കൂട്ടുമ്പോഴും രാജ്യത്തെ എണ്ണഖനനം വിപുലപ്പെടുത്തുവാനോ, കാർഷിക ഉൽപ്പാദനം വർദ്ധിപ്പിക്കുവാനോ ഉള്ള ശ്രമം കാര്യമായി നടന്നുകണ്ടില്ല. കർഷക ആത്മഹത്യക്കു പിറകേ രാസ

വളത്തിന്റെ രൂക്ഷമായ ക്ഷാമത്തിലേക്ക് കർഷകർ നീങ്ങുമ്പോൾ കാർഷിക ഉൽപ്പന്നങ്ങളുടെ വില മുന്നോട്ടുതന്നെ നീങ്ങും. പുത്തൻ സാമ്പത്തിക ക്രമീകരണങ്ങളുടെ ഭാഗമായി കോൺട്രാക്ട് ഫാമിംഗും ഫുഡ്മാളും റീട്ടെയിൽ ഷോപ്പുകളും വ്യാപിച്ചപ്പോൾ ഉൽപ്പാദനമേഖല വേണ്ടവണ്ണം ശ്രദ്ധിക്കപ്പെടാതെയും നിലകൊണ്ടു. ഒരു കാലഘട്ടത്തിൽ ശക്തമായി നിലനിന്നിരുന്ന പൊതുവിതരണസമ്പ്രദായം ശിഥിലമായതും കമ്പോളസമ്പദ്വ്യവസ്ഥയ്ക്ക് കരുത്തേകി. അവശ്യസാധനങ്ങളുടെ വില നിയന്ത്രിച്ചുനിർത്തി സാധനസാമഗ്രികൾ അവശ്യംവേണ്ട അളവിൽ എത്തിച്ചുകൊടുക്കാൻ പര്യാപ്തമായ വികസനപരിപാടികളിൽ ഊന്നിക്കൊണ്ടുള്ള പ്രവർത്തനങ്ങൾ ശക്തിപ്പെടുത്തിയില്ലെങ്കിൽ സാധനസാമഗ്രികളുടെ ദൗർലഭ്യവും ഒപ്പം വിലക്കയറ്റവും മുന്നോട്ടുപോകും. മാത്രമല്ല പണപ്പെരുപ്പം വന്നാലുളവാകുന്ന പ്രത്യാഘാതങ്ങൾ കണക്കിലെടുത്തുകൊണ്ടുള്ള ദീർഘവീക്ഷണത്തോടുകൂടിയ വികസനതന്ത്രം നാം ആവിഷ്കരിക്കേണ്ടിയിരിക്കുന്നു. പണനയവും ധനനയവും വികസനനയവും സമന്വയിപ്പിക്കുന്ന പ്രവർത്തനങ്ങളിലൂടെ മാത്രമേ വിലസ്ഥിരത കൈവരിക്കുവാനും സുസ്ഥിര വികസനം സാധ്യമാക്കുവാനും കഴിയുകയുള്ളു.

References

1. Datt R C 1963. *Economic History of India,* Vols. I & II. Ministry of Information and Broadcasting Government of India, New Delhi.
2. Kumar D & Meghnad Desai (Eds) 193. *Cambridge Economic History of India.* Cambridge University Press, Cambridge.
3. Buchanan D H 1966, *Development of Capitalist Enterprise in India.* Frank Cars and Co. London.
4. Prasad, Rajendra 1946. *India Divided,* Hind Ki fabs, Bombay.
5. *Indian Economic Development - 2006.* National Council of Educational Research and Training, New Delhi.
6. Bandopadhyah D, *Planning from Below, Economic and Political weekly,* March 18-27, 2000.
7. Chakravarty Sukmoy, *Planned Development,* Oxford University Press.
8. Chaudhari P (Ed), *The Indian Economy and Development,* Vikas Publishing House, New Delhi; 1978.
9. Gaur K D (Ed), *Dynamic of Macro Economy: Socio - Economic Transformation in India,* Vol. 2, Radha Publications, New Delhi 1997.
10. Lucas E B, Robert and Papnek F Fustar (Ed), *The Indian Economy, Recent Development and Future Prospects,* OUP, Delhi 1988.

11. Dreze, Jean and Sen Amartya, *India: Economic Development and Social Opportunity,* OUP, Delhi, 1996.
12. Radhakrishnan P, *Peasant Struggle, Land Reforms and Social Change, Malabar 1836-1982.* Sage Publications, New Delhi, 1989.
13. Rengarajan C, *Perspectives on Indian Economy,* VBS Publishers & Distributors Ltd. New Delhi, 2000.
14. *Human Development Report,* Various issues UNDP.
15. *Economic Survey,* Various Issues, Govt. of India.
16. *Census Reports,* Govt. of India.
17. Ruddar Datt (2006) *Indian Economy* K P M Sundaram, S Chand Company Ltd. New Delhi.
18. State Planning Board (2006) Govt. of Kerala: *Economic Review.*
19. M P Virendra Kumar (1994) *Gattum Kana Charadukalum : IMF - World Bank - GATT - A Study, Mathrubhumi Books,* Calicut, Kerala.
20. R Gopimani (2004) : *Agolavalkaranavum Krishiyum,* Kerala Bhasha Institute, Trivandrum.
21. Manoranjan Sharma (ed) 2005. *Leading issues in Indian Economy*: Atlantic Publishers and distributors, New Delhi.
22. C T Kurren (1994) *Global Capitalism and the Indian Economy - Tracts fro the times.* Series No. 6, Orient Longman Limited, Hyderabad.
23. *Economic Survey* (2003-04, 2004-05) Govt. of India, Ministry of Finance, Economic Division, New Delhi.
24. Manoranjan Sharma (ed) 2005 *Leading issues in Indian Economy, Atlantic* publishers & distributors, New Delhi.
25. M P Virendra Kumar (1994) *Gattum Kana Charadukalum : IMF - World Bank - GATT - Oru patanam, Mathrubhumi* Calicut.
26. R Gopimani (2004) : *Agolavalkaranavum Krishiyum,* Kerala Bhasha Institute, Trivandrum.
27. Ruddar Datt & K P M Sundaram (2007) *Indian Economy,* S Chand Company Ltd. New Delhi.
28. Planning Commission (2002-07) Approach paper to the tenth five year plan.
29. RBI Research Group Study 9 (1994), An Approach to Monetary Targeting in India, Dept. of Economic Analysis and Policy, RBI Bombay.

30. RBI Research Group Study 4 (1992), The changing Monetary & Process in the Indian Economy, Dept. of Economy, Dept. of Economic Analysis and Policy, RBI Bombay.
31. RBI Research Group Study 16 (1998), Dynamics of Inflation in India, A network approach, RBI Bombay.
32. RBI Research Group Study 13 (1996) Money demand stability Myth or Reality, RBI Bombay.
33. Patnaik R K, Samantaraya A, *Indian Experience of Inflation, EPW,* Jan. 28, 2006 - pp-349-357.
34. Sen, Kunal (2007), *Why did the Elephant Start to trol? Indian Growth Accelerate. Re-experienced*, EPW, Oct. 27, 2007 P P 37-47.
35. Rangarajan C, *Employment & Growth, Labour Development* Vo. 11-12, No. 1&2, June 2006, pp 1-22.